ஐரோப்பியத் தத்துவ இயல்

ராகுல் சாங்கிருத்யாயன்

தமிழாக்கம்:
ஏ.ஜி. எத்திராஜுலு

நியூ செஞ்சுரி புக் ஹவுஸ் (பி) லிட்.,
41- பி, சிட்கோ இண்டஸ்டிரியல் எஸ்டேட்,
அம்பத்தூர், சென்னை- 600 050.
☎ : 044 - 26251968, 26258410, 48601884

Language: Tamil
Iyroppiya Thaththuva Iyal
Author: **Ragul Sangrithyayan**
Translation: **A.G. Ethirajulu**
First Edition: August, 1985
Fourth Edition: September, 2018
Fifth Edition: November, 2021
Copyright: Publisher
No. of pages: vi + 118 = 124
Publisher:
New Century Book House Pvt. Ltd.,
41-B, SIDCO Industrial Estate,
Ambattur, Chennai - 600 050.
Tamilnadu State, India.
email: info@ncbh.in
Online: www.ncbhpublisher.in

ISBN: 978 - 81 - 2340 - 775 - 3
Code No. A 026

₹ 115/-

Branches
Ambattur (H.O.) 044 - 26359906 **Spenzer Plaza (Chennai)** 044-28490027
Trichy 0431-2700885 **Pudukkottai** 04322- 227773 **Thanjavur** 04362-231371
Tirunelveli 0462-4210990, 2323990 **Madurai** 0452 2344106, 4374106
Dindigul 0451-2432172 **Coimbatore** 0422-2380554 **Erode** 0424-2256667
Salem 0427-2450817 **Hosur** 04344-245726 **Krishnagiri** 0434-3234387
Ooty 0423 2441743 **Vellore** 0416-2234495 **Villupuram** 04146-227800
Pondicherry 0413-2280101 **Nagercoil** 04652-234990

ஐரோப்பியத் தத்துவ இயல்
ஆசிரியர்: **ராகுல் சாங்கிருத்யாயன்**
தமிழாக்கம்: **ஏ.ஜி.எத்திராஜுலு**
முதல் பதிப்பு: ஆகஸ்ட், 1985
நான்காம் பதிப்பு: செப்டம்பர். 2018
ஐந்தாம் பதிப்பு: நவம்பர், 2021

அச்சிட்டோர்: **பாவை பிரிண்டர்ஸ் (பி) லிட்.,**
16 (142), ஜானி ஜான் கான் சாலை, இராயப்பேட்டை, சென்னை - 14
☎: 044-28482441

All rights reserved. No part of this book may be reprinted or reproduced or utilised in any form or by any electronic, mechanical, or other means, now known or hereafter invented, including photocopying and recording, or in any information storage or retrieval system, without permission in writing from the publishers.

பதிப்புரை

'இந்தியப் பயணஉலகின் தந்தை' எனப் புகழப்படும் ராகுல் சாங்கிருத்யாயன் தன் வாழ்நாளின் 45 ஆண்டுகளை உள்நாடு மற்றும் உலகநாடுகளில் மேற்கொண்ட பயணங்களால் கழித்தவர்; பன்மொழிப் புலவர், பல்துறை அறிஞர். புத்தமதத்தை ஏற்றுக்கொண்டு புத்த பிட்சுவாக சில காலமும், பிறகு மார்க்சியவாதியாகப் பரிணமித்து பல காலமும் உலகை வலம் வந்தவர்..

மார்க்சிய லெனினிய மெய்யறிவின்பால் ஈர்க்கப்பெற்ற இவர் மனித இனத்தையும், உலக வரலாற்றையும், தத்துவங்களையும், சமயங் களையும் குறித்து ஏராளமான நூல்களைப் படைத்துள்ளார்.

'ஐரோப்பியத் தத்துவ இயல்' என்னும் இந்நூலில் கிரேக்கத் தத்துவ அறிஞர்களின் தத்துவங்களையும், பதினேழு, பதினெட்டு, பத்தொன்பது, இருபதாம் நூற்றாண்டு ஐரோப்பியத் தத்துவார்த்தச் சிந்தனையாளர்களின் கருத்துகளையும் விரிவாக எடுத்துரைத்துள்ளார். ஐரோப்பியத் தத்துவ அறிஞர்களை முழுவதுமாகப் புரிந்துகொள்ள இந்நூல் வகை செய்கிறது.

தமிழ், தெலுங்கு, இந்தி ஆகிய மொழிகளில் வல்லுனராக விளங்கிய ஏ.ஜி.எத்திராஜுலு அவர்கள் இந்நூலை இந்தியிலிருந்து தமிழுக்கு சிறந்த முறையில் மொழிபெயர்த்துள்ளார். வாசகர்களுக்கு எளிய முறையில் இந்நூலை உவந்தளித்துள்ள அவரது புலமையையும் எழுத்தாற்றலும் போற்றுதலுக்குரியது.

இந்நூலின் முதற்பதிப்பு என்சிபிஎச் வெளியீடாக 1985ம் ஆண்டு ஆகஸ்ட்டில் வெளியானது. 2003ம் ஆண்டு ஜனவரியில் இரண்டாம் பதிப்பு வெளிவந்தது. உலகமயமாக்கலின் விளைவாக தத்துவார்த்தச் சிந்தனைகளில் தேக்கம் ஏற்பட்டுள்ள இன்றைய சூழலில் இந்நூற்பிரதியின் காலஅவசியத்தைக் கருத்தில்கொண்டு தற்போது புதிய வடிவமைப்பில் வெளியிடப்படுகிறது.

– பதிப்பகத்தார்

பொருளடக்கம்

1. கிரேக்கத் தத்துவ இயல் — 1
2. பதினேழாம் நூற்றாண்டுத் தத்துவாளர்கள் — 42
3. பதினெட்டாம் நூற்றாண்டுத் தத்துவாளர்கள் — 55
4. பத்தொன்பதாம் நூற்றாண்டுத் தத்துவாளர்கள் — 71
5. இருபதாம் நூற்றாண்டுத் தத்துவாளர்கள் — 104

துணை நூல்கள் — 117

அத்தியாயம் ஒன்று

கிரேக்கத் தத்துவ இயல்

சிந்து நதியால் பாரதத்திற்கு 'இந்துஸ்தானம்' என்று பெயர் வந்ததைப் போலவும், பாரஸினால் ஈரானுக்கு 'பாரசீகம்' என்று பெயர் ஏற்பட்டதைப் போலவும் ஒரு பிரதேசத்தால் ஒரு நாட்டுக்கு வந்த பெயரே 'கிரேக்கம்' அல்லது 'யவனம்' ஆகும். உண்மையில் யவனம் என்பது மைனர் ஆசியா (இன்றைய ஆசியப் பகுதியைச் சேர்ந்த துருக்கி) வுக்கும் ஐரோப்பாவுக்கும் இடையிலான கடல் மத்தியிலிருந்த ஏதென்ஸ் போன்ற நகரங்களேயாகும். இந்நகரங்களில் வாழ்ந்த வர்கள் கடல் பயணத்திலும், வணிகத்திலும் சிறந்து விளங்கினர். வாணிபத்திற்காக அவர்கள் மிகத் தொலைவான கடல் பயணங் களையும், நிலப்பயணங்களையும் மேற்கொண்டனர். கி.மு. ஏழாம், ஆறாம் நூற்றாண்டுகளில் ஏதென்ஸ் போன்ற நகரங்களில் அவர்கள் முன்முயற்சியாலேயே வெளி உலகத்துக்கு அவற்றைக் குறித்துத் தெரிய வந்து, அவைகளைக் கிரேக்கம் அல்லது யவனம் என்று குறிப்பிடத் தொடங்கிற்று.

கிரேக்கம் அக்காலத்தில் வியாபாரத்தில் மட்டுமல்லாமல், தொழில் துறையிலும், கலைத்துறையிலும்கூட வெகுவாக முன்னேறி யிருந்தது. கிரேக்கத் தொழில்வினைஞர்களின் அற்புதக் கை வண்ணத்தில் மலர்ந்த பொருள்கள் மிகச்சிறந்தவையாக இருந்தன; அவற்றுக்கு நல்ல கிராக்கியும் இருந்தது. கிரேக்க வணிகர்கள் வெளி நாடுகளில் சரக்கு களை விற்கவும், வாங்கவும் மட்டும் செய்யவில்லை; அத்துடன் கருத்துப் பரிவர்த்தனையிலும் ஈடுபட்டிருந்தனர். 'கார்லா' போன்ற குகைகளில் அவர்கள் பவுத்த மடங்களுக்கு அளித்த தானங்களைப் பற்றிய குறிப்புகளே இதற்குச் சான்றாகும். ஆனால் நாம் இங்கே விவரித்துக் கொண்டிருப்பது மிகவும் பிற்காலத்தைப் பற்றியதாகும். அக்காலத்தில் எகிப்து, பாபிலோனிய நாகரிகங்கள் மிகப் பழையனவாகவும்,

மதிப்பிற்குரியனவாகவும் கருதப்பட்டு வந்தன. கிரேக்க வணிகர்கள் இப்பழைய நாகரிகங்களிடமிருந்து இயற்கை விஞ்ஞானம், ஜோதிடம், கணிதம், மருத்துவம் ஆகிய எத்தனையோ விஷயங்களைக் கற்றுக் கொண்டனர். கற்றுக் கொண்டவைகளைச் சிறந்த சீடர்களைப் போல, மேலும் வளர்த்துச் செழுமைப்படுத்தினர். இக்கருத்துப் பரிவர்த்தனையின் மற்றொரு விளைவுதான் கிரேக்கத் தத்துவ இயலின் மிகப்பழைய கிளையான 'யுனிக்' பிரிவின் தோற்றமாகும்.

யுனிக் தத்துவாளர் (கி.மு. 600-லிருந்து 400 வரை)

உலகத்திலுள்ள எல்லாப் பொருள்களின் அடிப்படைத் தத்துவத்தை அறிந்து கொள்வதே 'யுனிக்' தத்துவாளர்களின் முக்கிய குறிக்கோளாக இருந்தது. அவர்கள் வெறும் கற்பனை உலகில் சஞ்சரிப்பவர்களாக மட்டும் இருக்கவில்லை; அவர்களில் ஒருவரான அனக்ஸிமந்தர் அக்காலத்தில் அறியப்பட்டு வந்த உலகப் படத்தை உருவாக்கினார். அவ் வரைபடம் நீண்ட காலம் வரை வணிகர்களுக்கு வழிகாட்டியாக இருந்து வந்தது. இவ்விதமாக இத்தத்துவாளர்கள் நடைமுறை ஆராய்ச்சிகளிலிருந்தும் விஞ்ஞான ஆராய்ச்சிகளிலிருந்தும் விலகி நிற்கவில்லை.

நமது நாட்டில் உபநிஷத்துக்களைப் படைத்த தத்துவாளர்களும் இக்காலத்துக்கு ஒரு நூற்றாண்டு முன்பு 'உலகத்துக்கு அடிப்படைக் காரணம் என்ன?' 'எல்லா ஞானங்களுக்கும் அடிப்படை ஞானம் எது?' போன்ற சிந்தனைகளில் ஈடுபட்டிருந்தனர். நம்மவர்களில் ஒருவர் நெருப்பை அடிப்படைத் தத்துவம் என்றார். இன்னொருவர் வானத்தையும் மற்றொருவர் காற்றையும், அடுத்தவர் ஆன்மா அல்லது பிரம்மத்தை அடிப்படைப் பொருளாகக் கருதினார். யுனிக் தத்துவாளர்களில் ஒருவரான தேல் (கி.மு. சுமார் 624-534) நீர் தான் முதல் பொருள் என்றார். அனக்ஸி மந்தர் (கி.மு. 611- 546), பஞ்சபூதங்களின் முடிவுடைய உருவங்களின் அடிப்படைத் தத்துவம், அவற்றை விட மிக சூட்சுமமாக இருக்க வேண்டும் என்றார். அவர் இதற்கு 'எல்லை யற்றது', 'முடிவில்லாதது' என்னும் பெயர்களைச் சூட்டினார். இந்த 'எல்லையற்ற', 'முடிவில்லாத' தத்துவத்திலிருந்தே நீரும், நெருப்பும், காற்றும், நிலமும் போன்ற மூலகங்கள் உருப்பெற்றன. அனக்ஸிமன் (கி.மு. 588- 524) என்ற மற்றொருவர் நீரை அடிப்படைப் பொருளென்று கருதினார்.

இந்தப் பழைய யுனிக் தத்துவாளர்களில் நாம் ஒரு பொதுத் தன்மையைப் பார்க்கிறோம்; இவர்களில் யாருமே இந்த அடிப்படைத்

தத்துவங்களை உண்டாக்கியவர் யார் என்னும் கேள்வியை எழுப்ப வில்லை. 'இவைகளெல்லாம் எப்படி உண்டாயிற்று?' என்னும் கேள்வியை மட்டுமே அவர்கள் எழுப்பினர். இந்தியாவில் இவர்களுக்குச் சமகாலத்தவர்களான 'சார்வாகரும்', புத்தரும் கூட 'படைப்பாளி யார்?' என்ற கேள்வியை எழுப்பவில்லை. உயிர் பஞ்ச பூதங்களிலிருந்து வேறுபட்டதல்லவென்றும், அதை நடத்திச் செல்ல வேறொரு சக்தி தேவையில்லை என்றும் இந்த யுனிக் தத்துவாளர்கள் எண்ணி வந்தனர். கர்ஜிக்கும் மேகமும், பாய்ந்தோடும் நதியும், அலை பொங்கும் கடலும், அசைந்தாடும் செடியும், அதிரும் பூமியும் தமது உயிர்த்தன்மையையே எடுத்துக் காட்டுகின்றன. இதனால் அவர்கள் பஞ்ச பூதங்களைக் கடந்த 'கண்ணுக்குப் புலப்படாத ஒருவரை'த் தெரிந்து கொள்ளும் முயற்சியைச் செய்யவில்லை.

மேற்கத்தியத் தத்துவ இயல் வளர்ச்சிக்கு முதல் முயற்சி எடுத்துக் கொண்டவர்கள் இந்த 'யுனிக்' தத்துவாளர்களேயாகும்.

பகுத்தறிவு வாதம்

பித்தாகோர் (கி.மு. சுமார் 582- 493): யுனிக் தத்துவாளர்களுக்குப் பின்னர் வந்த சிந்தனையாளர்கள் நுணுக்கமான வாத விவாதங்களில் ஈடுபடுவதைப் பார்க்கிறோம். யுனிக் தத்துவாளர்கள் பஞ்ச பூதங்களை ஒட்டி முன்னேறி, அடிப்படைப் பொருளைத் தேடிக் கொண்டிருந்தனர். இப்போது நாம் பித்தாகோர் போன்ற தத்துவ அறிஞர்கள் ஒரே தாவாகத் தாவி முன்னேறுவதைக் காண்கிறோம். பித்தாகோர் கூட வெறும் தத்துவ மேதையேயாவார். அவர் இந்தியாவுக்கும் வந்தார் அல்லது இங்கு நிலவிய கருத்துக்களால் கவரப்பட்டாரென்றும் கூறப்படுகிறது. அவர் நமது நாட்டிலிருந்தே 'மறுபிறவி'த் தத்துவத் தையும், 'உடல் பிரம்மம்' சித்தாந்தத்தையும் ஏற்றுக் கொண்டதாகவும் சொல்லப்படுகிறது. எப்படி இருப்பினும் அவரும் உபநிஷத்துக்களின் ரிஷிகளைப் போலவே, யதார்த்த உலகை விட்டுக் கற்பனை உலகத்தில் சஞ்சரிக்க விரும்பினாரென்பது தெளிவு. இப்படிப்பட்ட தத்துவ இயலை இந்தியாவில் 'ஆன்மீகவாதம்' என்று சொல்கின்றனர். பித்தாகோர் அடிப்படை தத்துவத்தைத் தேடும்போது, கண் முன்னாலுள்ள மனிதனை விட்டு, உருவத்தை நோக்கி ஓடுகிறார். பஞ்ச பூதங்கள் அடிப்படைப் பொருளுமல்ல; அதன் சூட்சுமமான உருவங்களுமல்ல என்று குறிப்பிட்டார். அடிப்படைத் தத்துவம் அல்லது பொருள் உருவமேயாகும். வீணையின் கம்பிகளின் நீளத்திற்கும், அதிலிருந்து கிளம்பும் ஒலிக்கும் தொடர்பிருக்கிறது. வீணையின் கம்பிகளைக் கை விரல்களால் அழுத்துவதை அனுசரித்து, அதிலிருந்து

இனிய ஒலி பிறக்கிறது. பித்தாகோரின் தத்துவ இயலில் பல இடங்களில் இந்த வீணையின் உதாரணம் எடுத்துக் கூறப்பட்டுள்ளது. நமது உடல் நலமும் உருவத்தைச் சார்ந்திருக்கிறது என்று அவர் கூறினார். அடிப்படைத் தத்துவம் உருவமே என்னும் முடிவுக்குப் பித்தாகோர் வந்தார். உருவம் (நீளம், அகலம், சுற்றளவு) எண்ணிக்கையில் வெளிப்படுத்தலாம், ஆதலால் "எல்லாப் பொருள்களும் எண்ணிக்கைகளே!" என்பது பழக்கத்திற்கு வந்தது. நமது நாட்டில் தோன்றிய இலக்கண இயலாளர்களின் 'சப்த பிரம்மத்தைப் போலவே, பித்தாகோரின் 'எண்ணிக்கைப் பிரம்மம்' புகழ் பெற்றது. அக்காலத்தில் கிரேக்க எண்கள் பல சூனியங்களைப் பல்வேறு உருவங்களில் அமைத்து எழுதிக் கொண்டிருந்தனர். இவற்றைப் போன்றே இந்தியாவிலும் பிராம்மி வரி வடிவ எண்கள் எழுதப்பட்டு வந்தன. அவற்றின் பக்கத்தில் கோடுகளை அதிகப்படுத்தி, எண்களின் மதிப்பை உயர்த்திக் கொண்டிருந்தனர். இதனால் பித்தாகோரின் சீடர்களுக்கு 'எண்ணிக்கைப் பிரம்ம'த்தைப் பரப்புவது எளிதாயிற்று. சூனியங்கள் கோடுகளை உண்டாக்கும்; கோடுகள் அடிப்பாகத்தை உண்டாக்கும்; அடிப்பாகம் பொருளை உண்டாக்கும். அதாவது சூனியம் அல்லது எண்ணிக்கையே எல்லாவற்றுக்கும் அடிப்படையாகிறது.

யுனிக் தத்துவ இயலாளரின் சிந்தனையோட்டம் அதற்கடுத்த சிந்தனையோட்டத்தைத் தூண்டிவிட்டு மறைந்துவிட்டது; ஆனால் பித்தாகோரின் கருத்தோட்டமோ ஒரு தத்துவ இயல் பிரிவைத் தோற்றுவித்து, பல நூற்றாண்டுகள் வரையிலும் தொடர்ந்து நடைமுறையில் இருந்து வந்தது. பின்னர் பிளாட்டோ, அரிஸ்டாட்டில் ஆகியோரின் தத்துவ இயலுக்கு முன்னோடியாக விளங்கியது.

அத்வைதத் தத்துவம்

ஈரான் பேரரசர் கோரேஷ் (கி.மு. 550- 529): ஆசியா மைனர் மேல் படையெடுத்து, யுனிக் நகரங்களையும் வெற்றி கொண்ட பிறகு, கிரேக்கர் பலர் எங்கெங்கோ ஓடிச் சென்று விட்டனர். அவர்களில் பித்தாகோரின் சீடர்கள் சிலர் தென் இத்தாலியிலுள்ள எலியாவில் குடியேறினர். பித்தாகோர் தத்துவ இயலை மட்டும் உபதேசிக்கவில்லை; புத்தர், மகாவீரர் போல் அவரும் மதச் சம்பிரதாயம் ஒன்றையும் நிறுவினார். அதற்கான மடங்களும், துறவிகளும் இருந்தனர். ஆனால் எலியாவிலிருந்த அறிஞர்கள் வெறும் தத்துவத்தையே வலியுறுத்தி வந்தனர். இவர்களுடைய தத்துவம் 'நிலையான வாத'மாகும். அதாவது, மாற்றம் என்பது வெளிப்பார்வைக்கு மட்டுமே தென்படுகிறது; நுணுக்கமாகக் கவனித்தால் நாம் நிலையானவற்றையே பார்க்க முடியும்.

1. க்ஸேனோஃபேன் (கி.மு. 576- 480): எலியாவைச் சேர்ந்த அறிஞர்களில் கடவுளர்களுக்கு எதிராக க்ஸேனோஃபேன் கூறியது மிகவும் புகழ்பெற்றதாகும்: "நாம் தோன்றியதைப் போலவே கடவுளர்களும் தோன்றினார்களென்று மனிதர்கள் நம்புகின்றனர். நமக்கிருப்பவை போன்றே அவர்களுக்கும் புலன்களும், நாவும், உடலும் இருப்பதாக மனிதர்கள் நினைக்கிறார்கள். ஆனால் எருது களுக்கும், குதிரைகளுக்கும் நம்மைப் போன்ற கைகள் இருந்திருந்தால், அவைகளும் கடவுளர்களைத் தம்மைப் போலவே படைத்திருக்கும். எத்தியோப்பியா (அபிஸீனியா)வில் வாழ்பவர்கள் தமது கடவுளர் களைத் தம்மைப் போலவே கருநிறத்திலும், சப்பை மூக்குடனும் உருவாக்குகின்றனர். திரேஸைச் சேர்ந்தவர்கள் தமது கடவுளர்களைத் தம்மைப் போன்றே, செந்நிறக் கேசமும் நீலவிழிகளுமாகப் படைக் கின்றனர். "க்ஸேனோஃபேன் கடவுளை உருவமுடையவராகவும், மனிதரைப் போன்றவராகவும் ஒப்புக் கொள்ளத் தயாராயில்லை. பல்வேறு கடவுளர்கள் இருக்கிறார்களென்று தத்துவத்தையும் அவர் விரும்பவில்லை. ஆனால் அதே சமயத்தில், 'உடலாலும்' உள்ளத்தாலும் மனிதர்களைப் போலல்லாத ஒரு மாபெரும் கடவுள் இருக்கிறார்" என்பதை நம்பி வந்தார். "எல்லாமுமே ஒன்றில் அடக்கம்; அந்த ஒன்றே கடவுள்' என்று அவர் உபநிஷத் ரிஷிகளைப் போல் சொல்லிக் கொண்டிருந்தார். மேற்குறிப்பிட்ட வாக்கியத்தின் முதலில் 'ஒரே கடவுள்' என்று அவர் உபநிஷத் ரிஷிகளைப் போல் சொல்லிக் கொண்டிருந்தார். மேற்குறிப்பிட்ட வாக்கியத்தின் முதலில் 'ஒரே கடவுள்' என்னும் தத்துவம் வருகிறது; இறுதியில் 'பிரம்ம அத்வைதம்' காணப்படுகிறது. அவர் தனது பிரம்ம தத்துவம் குறித்துத் தெளிவாகக் கூறியிருப்பதாவது: "கடவுளே உலகம். வெறும் ஆன்மா மட்டுமில்லை. உயிர்ச் சக்தியுடன் கூடிய அனைத்து இயற்கையும் அவரேயாகும்." அதாவது, அவர் ராமானுஜரைக் காட்டிலும் தெளிவான முறையில் கடவுளுடன் உலகத்தின் பிரிக்க இயலாத தொடர்பை ஒப்புக் கொள்கிறார்; அத்துடன் சங்கரரைப் போன்று இயற்கையை நிராகரிக்கவில்லை.

2. பரமேனித் *(கி.மு. 540-?)* எலியாவைச் சேர்ந்த தத்துவ இயலாளர்களில் அடுத்துப் புகழ் பெற்றவர் பரமேனித் ஆவார். "உண்மையிலிருந்து பொய் தோன்ற முடியாது; பொய்யிலிருந்து உண்மை எப்பொழுதுமே பிறக்க முடியாது" என்றார் அவர். இந்திய 'வைசேஷிக' சிந்தாந்தத்திலும், 'பகவத் கீதையி'லும் இதன் பிரதிபலிப்பை நாம் காணலாம். இவ்விதம் பரமேனித், உலகம் உண்டாக்கப்படாத, அழிவற்ற ஓர் உண்மைப் பொருளென்ற முடிவுக்கு வந்தார். இயக்கம்

அல்லது உலகத்தில் காணப்படும் மற்ற மாற்றங்கள் அனைத்தும் வெறும் பிரமைகளேயாகும்.

3. **ஜேனோ** *(தோற்றம்: கி.மு. 490):* இவர் எலியாவைச் சேர்ந்த ஒரு அரசியல் தத்துவாளர் ஆவார். அவ்விடத்தைச் சேர்ந்த எல்லாத் தத்துவாளர்களைப் போலவே, நிலையான அத்வைதத் தத்துவத்தை ஏற்றுக் கொள்பவர். இவர்தான் முதன் முதலாகத் தமது பேச்சு வார்த்தையில் வாதம், எதிர்வாதம் ஆகியவற்றைப் பயன்படுத்தினார். ('நிலையான தத்துவ'த்தை வலுப்படுத்தவே அவர் இவைகளைப் பயன்படுத்தினார். அழிவுடைமைத் தத்துவத்தை நிலைநிறுத்த அல்ல).

எலியாவைச் சேர்ந்த எல்லாத் தத்துவாளர்களுமே புலனறிவால் உண்மையான ஞானத்தை அடைய முடியுமென்பதை ஒப்புக் கொள்ள வில்லை. தியானம் அல்லது ஆன்மாவினால் மட்டுமே உண்மையை அறிந்து கொள்ள முடியுமென்று அவர்கள் கருதினார்கள். புலன்கள் பிரமைகளை மட்டுமே தோற்றுவிக்கின்றன வென்று அவர்கள் கூறினர். அத்வைதமே உண்மையாகும்; அதைப் புலன்களால் அல்லாமல், தியானத்தாலேயே அறிய முடியும்.

எலியா நகரத்தவரின் தத்துவம் நிலையான ஆன்ம அத்வைதத் தத்துவமாகும்.

துவைத சித்தாந்தம்

எலியாவைச் சேர்ந்த அத்வைத வாதிகள், தாமாகவே இக்கருத் துக்களைக் கொண்டிருந்தார்களா அல்லது வெளிநாட்டு (இந்திய) ரகசிய வாதத்தால் ஈர்க்கப்பட்டு இப்படிப்பட்ட கருத்துக்களைக் கொண்டிருந்தார்களா என்பது தெரியவில்லை. ஆனாலும் தமக்கு முன்னவரான தேல் போன்ற சுதேசித் தத்துவாளர்களின் கருத்துக்களுக்கு எதிரான கருத்துக்களைக் கொண்டிருந்தனர். இந்த அத்வைதவாதி களுக்கு எதிராக மற்றொரு கருத்தோட்டமும் இருந்து வந்தது. இதுவும் நிலையான வாதமாக இருப்பினும், 'துவைத' தத்துவத்தின் வழியாக மாற்றத்தை விவரித்தது. அதாவது அடிப்படைச் சக்திகள் பலவாகவும், நிலையானவையாகவும், நிரந்தரமானவையாகவும் இருக்கின்றன. ஆனால் அவற்றிடையே இணைப்பும், பிரிவும் நிகழ்ந்து கொண்டே இருக்கின்றன. இதனாலேயே நமக்கு மாறுதல் தென்படுகிறது.

1. **ஹெராக்லிது (கி.மு. சுமார் 535 - 475):** இந்தியாவில் கவுதம புத்தரின் காலமே ஹெராக்லிதுவின் காலமுமாகும். ஹெராக்லிதுவும் புத்தரைப் போலவே, மாறுதல் தத்துவத்தையும் அழிவுடைமையையும்

ஏற்றுக் கொண்டவர். அவரது கருத்துப்படி உலகம் படைக்கப் படுவதற்கும், அழிவதற்குமான யுகங்கள் இருக்கின்றன. ஒவ்வொரு தடவையும் உலகம் படைக்கப்பட்டு, தீயால் அழிந்து விடுகிறது. இந்தியக் கருத்தோட்டத்திலும் வெள்ளத்தாலும், தீயாலும் பிரளயங்கள் ஏற்படுமென்று கூறப்படுகிறது. என்றாலும் உபநிஷத்துக்களிலும், அவற்றுக்கு முந்தைய இலக்கியத்திலும் இதைப்பற்றி லேசாக சுட்டிக் காட்டப்படுகிறது. பிற்காலத்தில் வசுபந்து ஆகியோர் இதைப்பற்றி விரிவாகவே கூறியுள்ளனர்.

யுனிக் தத்துவாளர்களைப் போலவே ஹெராக்லிதுவும் ஒரு இறுதிச் சக்தி என்று நெருப்பைக் குறிப்பிடுகிறார். எனினும் அவர் மாறுதல் அல்லது பரிணாம வாதத்தை அதிகமாக வலியுறுத்துகிறார். உலகம் எப்பொழுதுமே மாறிக்கொண்டே இருக்கிறது. ஒவ்வொரு 'பொருளு'ம் விளக்கொளியைப் போல ஒவ்வொரு வினாடியும் அழிந்தும், உண்டாகிக் கொண்டுமிருக்கிறது. பொருள்களில் எந்த விதமான உண்மையான ஸ்திரத் தன்மையும் இல்லை. ஸ்திரத் தன்மை என்பது வெறும் பிரமையேயாகும். பிரமை உருவான அந்த ஸ்திரத் தன்மை, மாற்றத்தின் வேகத்தாலும், தனக்கு முந்தைய பொருளைப் போலவே உண்டாகும் பொருளினாலும் ஏற்படுகிறது. மாற்றம் என்பது உலகத்தின் உயிராகும். இப்படியாக, ஹெராக்லிது எலியா தத்துவாளர்களுக்கு எதிரான கருத்துக் கொண்டிருந்தார். அவர் அத்வைதவாதியாக இல்லாமல், துவைதவாதியாகவும், நிலையான தத்துவாளராக இல்லாமல், மாறுதல் தத்துவாளராகவுமிருந்தார்.

ஹெராக்லிது எஃபேஸஸைச் சேர்ந்த ஒரு பணக்காரக் குடும்பத்தில் பிறந்தாலும், அக்காலத்தில் பழைய பணக்காரர்களின் அதிகாரத்தை ஒழித்துவிட்டு, கிரேக்க வியாபாரிகள் அங்கெல்லாம் ஆட்சியாளர்களாகி விட்டிருந்தார்கள்! ஹெராக்லிதுவின் உள்ளத்தில் "ஐயோ! நம்முடைய அந்த மகிழ்ச்சியான நாட்கள் போய் விட்டனவே!" என்ற வேதனை கொழுந்துவிட்டெரிந்து கொண்டிருந்தது. இந்த மாறுபட்ட நிலைமையை அவரால் பொறுத்துக் கொள்ள முடியவில்லை. காலத்தின் மாறுதல் அவரைப் பரிணாமவாதத் தத்துவாளராக மாற்றி விட்டது. ஒருவேளை பணக்காரர்களின் அதிகாரம் தொடர்ந்து இருந்திருந்தால், ஹெராக்லிது மாற்றத்தின் உண்மையையே பார்த்திருக்கமாட்டார். அவர் ஒரு புரட்சிகரமான தத்துவ இயலைச் சிருஷ்டித்தாலும், நடைமுறையில் அவருடைய புரட்சி வணிகர்களின் அரசாட்சியைக் கவிழ்க்க மட்டுமே விரும்பியது. ஹெராக்லிது இறுதி வரை பணக்கார ஆடம்பரங்களிலேயே மூழ்கியிருந்தார்.

ஜனநாயகத்தை வெறுப்புடன் நோக்கினார். இந்த ஜனநாயகம் தானே அவரது வர்க்கத்தை அரியாசனத்திலிருந்து வீழ்த்தி விட்டது!

ஹெராக்லிது எழுதிய கட்டுரைகளிலிருந்து மிகச் சில பகுதிகளே கிடைத்துள்ளன. உலகம் நிரந்தரம் மாறிக் கொண்டே இருக்கிற தென்பதற்கு அவர் தந்த உதாரணம். "நீ ஒரே ஆற்று வெள்ளத்தில் இரண்டு தடவை குளிக்க முடியாது. ஏனெனில் ஆற்று நீர் எப்பொழுதும் ஓடிக் கொண்டே இருக்கும். உலகத்தின் தோற்றமே அதன் அழிவாகும்: உலகத்தின் அழிவே அதன் தோற்றமாகும். ஸ்திரமான குணங்களுடைய எந்தப் பொருளுமே இல்லை. இசையின் ஏற்ற, இறக்கத்தாலேயே- அதன் எதிர்மறைகளின இணைப்பாலேயே (Unity of Opposites) அது முழுமை பெறுகிறது."

எதிர் மறைகளின் போராட்டத்தாலேயே உலகம் இயங்குகிறது. "போர் எல்லாவற்றின் தந்தையும், அரசனுமாகும். போரில்லாவிட்டால் உலகம் அழிந்து விடும்: அது இயங்காமல் செத்துவிடும்."

அழிவுடைமை அல்லது மாறுதல் விதியை வலியுறுத்தி ஹெராக்லிது கூறியதாவது: "இந்த விதி கடவுளர்களாலோ, மனிதர் களாலோ உண்டாக்கப்பட்டதல்ல: இது எப்பொழுதுமே இருந்து வந்தது. வருங்காலத்திலும் அப்படியே இருக்கும். நிரந்தரம் ஒரு உயிருள்ள தீயாக, ஒரு குறிப்பிட்ட அளவின்படி எரிந்தும் அணைந்தும் கொண்டிருக்கும்." தமது சமகாலத்தவரான புத்தரைப் போலவே, ஹெராக்லிதுவும் 'குறிப்பிட்ட அளவு' என்பதை வலியுறுத்தினார்.

ஹெராக்லிது தனக்குத் தெரியாமலேயே உலகத்தின் மகத்தான புரட்சிகரத் தத்துவமான 'இயக்க இயல் பொருள்முதல்வாத'த்தின் (மார்க்சீயத் தத்துவ இயலின்) தந்தையானார். புத்தருடைய தத்துவ இயலின் குறிக்கோளும் இதுவே தான்! ஆனால் அது மதமென்னும் கும்மிருட்டில் சிக்கிக் கொண்டு, வளர்ச்சியடையாமல் போய்விட்டது. ஹெகல், ஹெராக்லிதுவின் தத்துவ இயலை அடிப்படையாகக் கொண்டு தனது ஆழ்ந்த, புதிய தத்துவ இயலை உருவாக்கினார்.

மனம், பொருள்- இவ்விரண்டில் எந்த ஒன்றுக்கும் முக்கியத்துவம் அளிக்க வேண்டிய அவசியம் ஹெராக்லிதுவுக்கு இல்லாமற் போய்விட்டது. ஹெகல் எண்ணத்திற்கு முதலிடம் வழங்கினார். மாறுதலுக்குட்பட்டாலும் மனம் அல்லது ஆன்மாவே உண்மையான தத்துவமாகும் என்றார் ஹெகல். அவர் இவ்விதம் உலகத்திலிருந்து உள்ளத்தை நோக்கிச் செல்லாமல், உள்ளத்திலிருந்து உலகத்தை நோக்கிச் செல்ல முயன்று, இயக்க இயலை எண்ண முதல் வாதமாக்கித்

தலைகீழாக்கிக் கொண்டிருந்தார். கார்ல் மார்க்ஸ்தான் அதை இச்சங்கடத்திலிருந்து கரையேற்றினார். அவர்தான் இயக்க இயல் தத்துவத்தை உறுதியான நிலத்தில் நிலைநிறுத்தினார். பொருள்முதல் வாதம், ஆன்மீக வாதத்தின் தொடர்ச்சியல்ல; அதற்குப் பதில் ஆன்மீக வாதமே பொருள்முதல்வாதத்தின் வளர்ச்சி நிலையாகும். மேலிருந்து கீழே இறங்க வேண்டிய தேவையில்லை; கீழேயிருந்து மேலே செல்வதால் விஷயம் சுலபமாகத் தெளிவாகும்.

2. அனக்ஸாகோர் (கி.மு. 500- 428): அனக்ஸாகோர் 'துவைத' சித்தாந்தத்தை மேலும் செழுமைப்படுத்தினார். ஹெராக்லிதுவைப் போல் நெருப்பு அல்லது வேறெந்த சக்தியையும் அடிப்படைத் தத்துவம் அல்லது முக்கியமானதாக எடுத்துக் கொள்ளவேண்டிய தில்லை. இந்த மூல காரணங்கள் பலவாறாக இருக்கலாம். அவை ஒன்று சேர்வதால்தான் பொருள்கள் உண்டாகின்றன.

3. எம்பேதோகல் (கி.மு. 495- 35): அனக்ஸாகோரின் சமகாலத்த வரான எம்பேதோகல் மூலப் பொருள்களின் எண்ணிக்கையை நிர்ணயித்தார். யுனிக் தத்துவ அறிஞர்களின் உதவியை ஏற்றுக் கொண்டு அவர் நெருப்பு, காற்று, நீர், நிலம் என்னும் நான்கு மூலப் பொருள்களை முடிவு செய்தார். இந்நான்கு பொருள்களே ஒன்றுடன் மற்றொன்று இணைந்தும், பிரிந்தும் உலகத்தையும், உலகத்திலுள்ள எல்லாப் பொருள்களையும் ஆக்கவும், அழிக்கவும் செய்கின்றன. இணைப்பும், பிரிவும் எப்படி ஏற்படுகின்றன என்பதற்கு எம்பேதோகல் ஒரு கற்பனை செய்தார். "நமது உடலில் அன்பும், பகைமையும் வருவதற்கும், போவதற்கும் அன்பும், பகைமையும் இருக்கின்றன" எம்பேதோகலின் கற்பனை மேலும் கூறியதாவது: "மூலப் பொருள்கள் மட்டுமல்ல; நமது உடலின் பல்வேறு உறுப்புக்களும் முதலில் தனித்தனியாகவே இருந்தன; பின்னர் அவையெல்லாம் ஒன்றாகச் சேர்ந்து ஓர் உடலாக உருப்பெற்றன." "பல்வேறு உறுப்புக்களால் உருவான உடல்களில் தகுதியுள்ளவையே எஞ்சி இருக்கும்; மற்றவை அனைத்தும் அழிந்துவிடும்" என்றும் அவர் சொன்னார். இக்கருத்து 'அணுக்கள்' தத்துவத்திற்கும் 'வளர்ச்சி' தத்துவத்திற்கும் முன்னோடி யாக விளங்குகிறது.

4. டெமோகிரடஸ் (கி.மு. 460- 370): டெமோகிரடஸ் 'துவைத' தத்துவாளர்களில் மட்டுமே முக்கியமானவரல்ல; தனது 'பரமாணு தத்துவ'த்தால் கிழக்கத்திய, மேற்கத்திய தத்துவ அறிஞர்களிலேயும் உன்னத இடத்தைப் பெற்றவர். கிரேக்கர்களின் தொடர்பினாலேயே இந்தியத் தத்துவ இயலில் பரமாணு தத்துவம் இடம் பிடித்துக்

கொண்டது. உபநிஷத்துக்களிலும், அதற்கும் முந்தைய இலக்கியத்திலும் மட்டுமல்ல; சமண, பவுத்த மத நூல்களிலும்கூடப் பரிணாம வாதத்தைப் பற்றிய குறிப்பேதுமில்லை. 'வைசேஷிக' தத்துவம் கிரேக்கத் தத்துவ இயலின் இந்திய பதிப்பேயாகும். வைசேஷிக தத்துவத்தை "அவுலூக்கிய (ஆந்தை) தத்துவம்" என்றும் கூறுகின்றனர். இதற்குக் காரணம், ஏதென்ஸ் நகரச் சின்னம் ஆந்தையாகவுமிருக்கலாம். இதைப்பற்றி பின்னால் மேலும் கூறுவோம். கி.மு. சுமார் 200-ல் வைசேஷிக தத்துவம் பரமாணு சித்தாந்தத்தை ஏற்றுக் கொண்டு இந்தியத் தத்துவ இயல் துறையில் தனது கொடியைப் பறக்க விட்டதைத் தொடர்ந்து, மற்ற தத்துவங்களால் பரமாணு சித்தாந்த மில்லாமல் வாழமுடியவில்லை. மத்திய யுகத்தைச் சேர்ந்த எல்லா இந்தியப் பகுத்தறிவுத் தத்துவ இயல்களும்- நியாயம், வைசேஷிகம், பவுத்தம், சமணம் ஆகியவை பரமாணு வாதத்தைத் தனித்தனி வியாக்கியானத்துடன் தமதாக்கிக் கொண்டன. முதன் முதலில் டெமோகிரடஸே பரமாணு வாதத்திற்குத் தத்துவ இயலில் உயர்ந்த இடத்தை அளித்தாலும், அவருடைய ஆசானான லேவ்கிப்பூ (கி.மு. 500- 430) தான் அதை முதன் முதலில் கற்பனை செய்தார். டெமோகிரடஸ் கி.மு. 460ல் (புத்தர் மறைந்த 23 ஆண்டுகளுக்குப் பின்னர்) த்ரெஸ்ஸின் கடற்கரையிலுள்ள அப்தேரா என்னும் வணிக நகரில் பிறந்தார்.

பரமாணுவாதியான டெமாகிரடஸ் எலியாவைச் சேர்ந்த தத்துவாளருடன் 'துவைத'த்தில் கருத்து வேற்றுமை கொண்டிருந் தாலும், 'இறுதி மாற்ற'த்தை ஒப்புக் கொள்ளவில்லை. யதார்த்தம் என்பது நிரந்தரமானதும், நிலையானதும், மாற்றமில்லாததுமாகும். அத்துடன் மாறுதல் என்பதும் பொருள்களின் நிரந்தர இயக்கத்தா லேயே உண்டாகிறது உண்மைத் தத்துவம் ஒன்றேயான 'அத்வைத'மல்ல, பலவான 'துவைத'மாகும். இவ்வடிப்படைச் சக்திகள் ஒன்றிலிருந்து மற்றொன்று மாறுபட்டுத் தனித்தனியாக இருக்கின்றன. அவற்றினிடையே உள்ள இடம் சூனியமான வானமாகும், மூலப் பொருளான 'அ தோ மோ ன்' பிரிக்க முடியாததும், பிளக்க முடியாததுமாகும். 'அ தோ மோ ன்' என்பதிலிருந்தே ஆங்கிலச் சொல் 'ஆட்டம்' (பரமாணு) உருவாயிற்று.

பரமாணு: 'பரமாணு' என்பது மிகவும் சூட்சுமான பிரிக்க இயலாத சக்தியாகும். ஆனால் அது கணிதத்தின் சூனியமோ, சக்தி மையமோ அல்ல. அதில் பரிணாமம் அல்லது விரிவு இருக்கிறது. அதாவது, பரமாணுவுக்குள் வானம் இல்லை. எல்லாப் பரமாணுக் களும் ஒரே உருவமுடையவையாகவும், அளவுடையனவாகவும்

இருப்பதில்லை. பரமாணுக்களால் உண்டான கருக்களின் உருவங்களில் வேற்றுமை இருக்கும். பரமாணுக்களின் உருவங்கள் அவற்றின் இடத்தையும், வரிசையையும் பொறுத்திருக்கின்றன. பரமாணு உலகத்தின் ஆரம்பப் பிரிவுகள் செங்கற்கள் அல்லது எழுத்துக்களாகும். 2, 3 ஆகியவற்றின் வேற்றுமை உருவத்தில் இருக்கிறது; ஆனால் 6, 9 ஆகியவைகளின் வித்தியாசம் அமைப்பிலே இருக்கிறது. 6-ஐ திருப்பி எழுதினால் 9 ஆகிவிடும். 36ஐ திருப்பிப் போட்டால் 63 ஆகிவிடும். எண்களின் வரிசை மாறுவதால், இந்த வேற்றுமை ஏற்படுகிறது. பரமாணுக்கள் இயக்கமற்றவையல்ல; அவற்றில் இயற்கையான இயக்கம் உள்ளது. பரமாணுக்கள் சதா அசைந்து கொண்டே இருக்கும். இப்படி அவை அசைந்து கொண்டே இருப்பதால், ஒன்றுடன் மற்றொன்று சேர்ந்து உலகமும், அதன் எல்லாக் கருக்களும் உண்டாகின்றன. ஓரோர் சமயம் இக்கருக்கள் தமக்குள்ளேயே மோதிக் கொள்கின்றன. அதிலிருந்து எத்தனையோ பரமாணுக்கள் தெறித்து விழுகின்றன. இவ்விதம் டெமோகிரடஸின் பரமாணு சித்தாந்தம் பத்தொன்பதாம் நூற்றாண்டின் இயந்திர பவுதீக இயலை நெருங்கியிருக்கிறது. அது பவுதிகச் சக்திகளையும், இயக்கத்தையும் அடிப்படையாகக் கொண்டு உலகத்தின் அமைப்பை விவரிக்கிறது. டெமாகிரடஸ் எழுத்துக்கள், சொற்கள், சுவை, மணம் ஆகியவைகளை நடைமுறைக்காகவே ஒப்புக் கொண்டார். "உண்மையில் இனிப்போ, கசப்போ எதுவுமில்லை; குளுமையோ வெப்பமோ எதுவுமில்லை. உண்மையில் இங்கிருப்பது பரமாணுக்களும் சூனியமுமேயாகும்" என்றார் அவர். இவ்விதமாகப் பரமாணுவாதிகள் வெளி உலகையும் அதன் பொருள்களையும் வெறும் பிரமைகள் அல்லது வானவில்லாகக் கருதுகின்றனர்.

ஸோஃபி தத்துவம்

கோரோஷ், தார்யோஷ் ஆகியோரின் காலங்களில் யுனிக் நகரம் ஈரானியரின் ஆட்சிக்குட்பட்டபோது, சிந்தனையாளர் பலர் எங்கெங்கோ சென்று விட்டார்கள் என்பதை ஏற்கனவே கூறினோம். இதே சமயத்தில் பிதாகோரின் சீடர்கள் எலியா நகருக்கு ஓடிச் சென்று அங்கே தமது மையத்தை நிறுவினாலும், ஓடிச் சென்ற மற்றவர்கள் ஓரிடத்தில் தங்காமல், ஊர் சுற்றிகளாகவும், துறவிகளாகவுமே இருக்க விரும்பினர். இவர்கள் ஸோஃபிக்கள் (Sophists) என்றும், ஞானிகள் என்றும் அழைக்கப்பட்டனர். புகழ் பெற்ற இஸ்லாமியச் சம்பிரதாயமான 'ஸூஃபி' என்னும் சொல் இந்த 'ஸோஃபி'யிலிருந்து தோன்றினாலும், இவ்விரண்டு தத்துவப் பிரிவுகளும் ஒன்றல்ல. அதனாலேயே இங்கே

நாம் அதை 'ஸூஃபி' என்று சொல்லாமல், 'ஸோஃபி' என்று குறிப்பிடு கிறோம். ஸோஃபிக்கள் ஒரு அமைதியிழந்த, சிதறிக் கொண்டிருந்த சமுதாயத்தின், அரசியல் புரட்சியின் விளைவுகளாவர். இதனால் அவர்கள் பழம் விஷயங்களில் மிகக்குறைவான நம்பிக்கையே கொண்டிருந்தனர். ஞானம் பெற்றிட வேண்டுமென்ற வேட்கை அவர்களில் மிகுதியாக இருந்தது. அவர்கள் ஞானத்தைப் பகிர்ந்தளிப் பதைத் தமது கடமையாகவும் கொண்டிருந்தனர். அவர்களுடைய முயற்சியால் பகுத்தறிவு எங்கும் பரவியது மட்டுமல்லாமல், அதைப் பற்றிய விவாதமும் தீவிரமாகவே நடந்து வந்தது. "பழையதாக இருப்பதாலேயே ஒன்றை ஒப்புக் கொள்ள வேண்டியதில்லை என்பதே அவர்களுடைய கோஷமாக இருந்தது. உண்மையை அறிவதற்காக நமது அறிவை எல்லாவிதக் கட்டுப்பாடுகளிலிருந்தும் விடுவித்துக் கொள்ளவேண்டுமென்று அவர்கள் மக்களுக்கு உபதேசித்தனர். ஸோஃபிக்களும் தமக்குக் கொஞ்ச காலத்துக்கு முன்பிருந்த புத்தரைப் போலவே உண்மையை இரண்டாகப் பிரித்தனர்; 1. பழங்காலத்திலிருந்து வரும் உண்மை; 2. யதார்த்தமான உண்மை. பழங்காலத்திலிருந்து வரும் உண்மையையே புத்தர் 'மறைந்த உண்மை' என்றார். யதார்த்த உண்மையை 'பரமார்த்த உண்மை' என்றார். மறைந்த உண்மையையே 'சங்கரர் நடைமுறை உண்மை' என்று குறிப்பிட்டார். "மனிதர்கள் பொருள்களின் அளவேயாவர்" என்பது ஸோஃபிக்களின் சித்தாந்தமாகும்.

ஸோஃபிக்களின் காலத்திலேயே ஏதென்ஸ் நகரம் கிரேக்கத் தத்துவ இயலின் மையமாக மாறிவிட்டது, அங்கே சாக்ரடீஸ் பிளாட்டோ, அரிஸ்டாட்டில் போன்ற தத்துவ அறிஞர்களும் பிறந்தனர்.

கிரேக்கத் தத்துவ இயலின் வளர்ச்சி நிலை

கி.மு. நான்காம் நூற்றாண்டு கிரேக்கத் தத்துவ இயலின் பொற் காலமாகும். கொஞ்ச உபதேசங்களால் ஏதென்ஸ் இளைஞர்களிடையே சாக்ரடீஸ் கலகலப்பை ஏற்படுத்தி இருந்தார். ஆனால் அவருடைய எஞ்சியிருந்த பணியை அவரது சீடரான பிளாட்டோவும், பின்னர் அரிஸ்டாட்டிலும் பூர்த்தி செய்தனர். இத்தத்துவ இயலை இரண்டு பாகங்களாக்கலாம். சாக்ரடீஸ், பிளாட்டோக்களின் யதார்த்த வாதம், அரிஸ்டாட்டிலின் ஆராய்ச்சி வாதம்.

யதார்த்தவாதியான சாக்ரடீஸ் (கி.மு. 469-399)

சாக்ரடீஸ் ஸோஃபிக்களின் பல கருத்துக்களை ஏற்றுக் கொண்டார். ஸோஃபிக்களைப் போல் வாய்மொழியாக உபதேசம் செய்வதும், தன்

நடத்தையால் உதாரணமாகத் திகழ்வதும் சாக்ரடீஸுக்கு மிகவும் விருப்பமானவை. உண்மையில் அவரது சமகாலத்தவரும் சாக்ரடீஸை ஒரு ஸோஃபி என்றே கருதிக் கொண்டிருந்தனர். ஸோஃபிக்களைப் போலவே அவரும் சாதாரணக் கல்வியையும், நன்னடத்தையையும் வலியுறுத்தினார். அவர்களைப் போலவே சாக்ரடீஸும் பழம் விஷயங்களைக் கடுமையாகத் தாக்கினார். ஆனால் அவருடைய விமர்சனம் வெறும் விமர்சனத்துக்காக மட்டுமே செய்யப்பட்டதன்று. சிறந்த முறையில் முயற்சி செய்தால் அறிவைப் பெற முடியுமென்பது சாக்ரடீஸின் கூற்றாகும். நாம் புரிந்து கொள்ளும் விஷயங்களையும் நம் முன் வரும் விஷயங்களையும் அவற்றுடன் தொடர்புடைய நிகழ்ச்சிகளை வைத்து ஆராய வேண்டும். இப்படிப் பல்வேறு ஆராய்ச்சிகளுக்குப் பிறகு, நாம் உண்மையை அடையலாம். "பகுத்தறிவைவிட புனிதமானதெதுவும் இல்லை" என்னும் வாக்கியத்தில் 'பகவத்கீதை' சாக்ரடீஸின் கூற்றையே எதிரொலிக்கிறது. "சரியாகச் செயல்புரிய சரியாகச் சிந்திப்பது அவசியம்" என்பது அவரது உபதேசமாகும்.

புத்தரைப் போன்றே சாக்ரடீஸும் குறிப்பிட்ட நூலெதுவும் இயற்றவில்லை. ஆனால் புத்தரின் சீடர்கள் அவரது வாழ்நாளிலேயே அவரது உபதேசங்களை மனப்பாடம் செய்யத் தொடங்கி விட்டதால், இன்றும் நாம் அவற்றை அறிந்து கொள்ள முடிகிறது. ஆனால் சாக்ரடீஸின் விஷயத்தில் அவ்வசதியில்லை. ஆனால் சாக்ரடீஸின் வாழ்க்கைத் தத்துவம் அவரது நடைமுறை வாழ்விலிருந்தே தெரிய முடியும். ஆனால் அவரது வாழ்க்கைத் தத்துவத்தைப் பல்வேறு அறிஞர்கள் பல்வேறு விதமாக விளக்குகின்றனர். சாக்ரடீஸ் அனுபவித்த மகிழ்ச்சிகரமான வாழ்க்கையைச் சுட்டிக்காட்டிச் சிலர், அவரைச் 'சுகபோகவாதி' என்கின்றனர். அந்திஸ்தேனும், மற்றவர்களும் உடல் சம்பந்தப்பட்ட துன்பங்களை லட்சியம் செய்யாத சாக்ரடீஸின் போக்கை எடுத்துக்காட்டி, அவரை எளிமையான வாழ்க்கையின் ஆதரவாளர் என்கின்றனர்.

அர்த்தமற்ற வார்த்தை ஜாலம் சாக்ரடீஸுக்குப் பிடிக்காது. 'உலகத்தின் இயற்கையான குணநலன் என்ன? இவ்வுலகம் எப்படிச் சிருஷ்டிக்கப்பட்டது? எப்படிப்பட்ட சக்திகளினால் நட்சத்திர மண்டலத்தின் இயக்கங்கள் ஏற்படுகின்றன?' இவை போன்ற பிரச்சினைகளைக் குறித்து விவாதிப்பது முட்டாள் தனமானது என்று கருதினார் சாக்ரடீஸ்.

சாக்ரடீஸ் ஏதென்ஸின் மிக ஏழைக் குடும்பமொன்றில் பிறந்தார். மாபெரும் சிந்தனையாளராகவும், மிகப் பெரும் புகழ் பெற்றவராகவும் ஆன பின்னரும்கூட அவருக்குத் திருமண ஆசை இருந்ததில்லை. அறிவைச் சேகரிப்பதும், அதைப் பரப்புவதுமே அவரது குறிக்கோள்களாக இருந்தன. இளைஞர்களைக் கெடுத்தல், தெய்வ நிந்தனை செய்தல், நாஸ்திகர் ஆகிய பொய்க் குற்றங்கள் சுமத்தப்பட்டு, விஷத்தால் அவருக்கு மரண தண்டனை விதிக்கப்பட்டது. சாக்ரடீஸ் சிரித்தவாறே நஞ்சைக் குடித்து உயிர் விட்டார்.

பகுத்தறிவுவாதி பிளாட்டோ (கி.மு. 421- 341)

பிளாட்டோ ஏதென்ஸ் நகரத்தின் ஒரு பணக்காரக் குடும்பத்தில் பிறந்தார். தனது வர்க்கத்தைச் சேர்ந்த மற்ற புத்திசாலிப் பிள்ளைகளைப் போலவே, பிளாட்டோவும் இசை, இலக்கியம், ஓவியம், தத்துவம் ஆகியவற்றின் அரிச்சுவடிகளைக் கற்றார். கி.மு. 407ல் தனது இருபதாம் வயதில் சாக்ரடீஸிடம் வந்தவர், தன்னுடைய ஆசானின் மறைவு வரை (கி.மு. 399) அவருடனேயே இருந்தார்.

எந்தத் தத்துவமும் சூனியத்தில் தோன்றுவதில்லை. அது தோன்றும் சூழ்நிலையின் முத்திரை அதன் மேல் நிச்சயம் விழுகிறது. பிளாட்டோ பணக்கார வர்க்கத்தைச் சேர்ந்தவர். அக்காலக் கிரேக்கத்தில் அவரது வர்க்கம் வீழ்ச்சியுற்றிருந்தது. பணக்காரர்களுக்குப் பதிலாக வணிகர்கள் வலுவுடையவர்களாகி விட்டிருந்தனர். இதனால் அவர் தனது காலத்திய சமுதாயத்தின் மீது வெறுப்புற்றிருந்தார்; அத்துடன் மக்கள் ஆதரவுடைய ஆட்சியாளர்களால் தனது ஆசான் சாக்ரடீஸ் கொல்லப்பட்ட கொடுமையைக் கண்டு கொதித்திருந்தார். இதன் பிரதிபலிப்பை நாம் பிளாட்டோவின் அலௌகீக தத்துவ இயலில் காண்கிறோம். அதிலே ஒரு சமயம் அவர் ஒரு ரகசியவாதியான ரிஷியைப் போன்ற தோற்றமளிக்கிறார்; வேறோர் சமயம் உலக நடைமுறையறிந்த அரசியல்வாதியைப் போன்று காட்சியளிக்கிறார். அவர் அன்றைய சமுதாயத்தை ஒழித்து, ஒரு புதிய சமுதாயத்தை நிறுவ விரும்புகிறார். ஆனால் அவருடைய புதிய சமுதாயமும் இவ்வுலகத்தைச் சேர்ந்ததல்ல; அது ஒரு அலௌகீகமான, அற்புதமான சமுதாயமாகும். அவர் தனது காலத்திய ஏதென்ஸ் நகரை எந்த அளவுக்கு வெறுத்தார் என்பதற்கு இதோ சாட்சி: "அண்மையில் ஏதென்ஸில் ஜனநாயகம் தொடங்கப்பட்டுள்ளது. இது அநீதியான ஆட்சிக்கு மாறாக, நீதியான ஆட்சியாக இருக்குமென்று நான் எண்ணினேன். இதனால் ஜனநாயகத்தின் செயல்பாட்டினை மிக உன்னிப்பாகக் கவனித்து வந்தேன். ஆனால் சில நாட்களுக்குள்ளாகவே என்னுடைய பிரமைகள்

நீங்கி விட்டன. இந்தப் பெரிய மனிதர்கள் அமைத்துக் கொண்டிருக்கும் ஜனநாயக அமைப்பைப் பார்க்கும்போது, முந்தைய ஆட்சிக் காலமே பொற்காலமாகும். அவர்கள் தமக்குப் பிடிக்காதவர்களைத் தமது பாதையிலிருந்து அப்புறப்படுத்துவதில் ஈடுபட்டிருக்கிறார்கள். சாக்ரடீஸ் விரும்பினாலும், விரும்பாவிட்டாலும், அவர் புதிய அரசனுடன் ஒத்துழைக்க வேண்டுமென்று அவர்கள் எதிர்பார்க்கிறார்கள். ஆனால் சாக்ரடீஸ் புதிய ஆட்சியாளர்களுடன் ஒத்துழைக்க மறுத்துவிட்டார். அவர்களுடைய பாவங்களில் பங்கு பெறுவதைக் காட்டிலும், அவர் உயிர் துறக்கவும் துணிந்துவிட்டார். இவற்றை யெல்லாம் பார்த்த பின்னர் இப்புதிய அரசிடம் நான் மிகவும் வெறுப்படைந்து விட்டேன். அதனுடன் தொடர்பைத் துண்டித்துக் கொண்டு விட்டேன். அரசியலில் நுழையலாமென்று நான் முதலில் நினைத்தேன்; ஆனால் எல்லா விஷயங்களையும் ஆலோசிக்கும்போது அரசியலில் எத்தகைய மோசமான நிலைமை நிலவுகிறதென்பதை உணர்ந்தேன்." பிளாட்டோ இப்படியெல்லாம் சிந்தித்து, இவ்வுலகச் சமுதாயமொன்றை நிர்மாணிக்க முயற்சி செய்யாமல், கற்பனை ஜனநாயக அமைப்பொன்றை நிறுவ விரும்பினார். "உண்மையான தத்துவ அறிஞர்களின் கைக்கு அரசியலதிகாரம் வராதவரை, மனித சமுதாயம் கெடுதல்களிலிருந்து தப்பிக்கவே முடியாது. அரசியல் வாதிகளே தத்துவ மேதைகளாகிவிடும் அற்புதமெதுவும் இல்லை." (Ploto: Seventh Letter).

வாழ்க்கைத் தேவைகளுக்காக பொருள்களைப் பெரும்பாலும் அடிமைகள் உற்பத்தி செய்துவந்த சமுதாயத்தில் தோன்றியதே பிளாட்டோவின் தத்துவ இயல் என்பதை நாம் நினைவிலிருத்திக் கொள்ள வேண்டும். பிளாட்டோவின் வர்க்கம் அவர் குற்றம் சாட்டிய அரசியலில் மூழ்கியிருந்தது அல்லது இசையிலும், இலக்கியத்திலும், தத்துவத்திலும் மகிழ்ச்சியடைந்து கொண்டிருந்தது.

பிளாட்டோவின் தத்துவம்: முந்தைய இரண்டு வெவ்வேறு தத்துவ இயல்களை இணைக்கும் முயற்சியைப் பிளாட்டோவின் தத்துவ இயலில் நாம் காண்கிறோம். சிறந்த முறையில் முயற்சி செய்தால் ஞானத்தை (தத்துவ அறிவை) அடையலாமென்னும் சாக்ரடீஸின் கருத்தைப் பிளாட்டோ ஒப்புக் கொண்டார். அதேபோல், சாதாரண நோக்கில் நாம் பார்க்கும் பொருள்களெல்லாம் சதா மாறுதல் அடைந்து கொண்டே இருப்பதால், அவற்றைக் குறித்த மகத்தான உண்மையை அறிய முடியாதென்றும் ஹெராக்லிதுவின் கருத்தினையும் பிளாட்டோ ஆமோதித்தார். அவர் எலியா நகரத்துத் தத்துவ

அறிஞர்களைப் போல், ‘மாறுதலடையும் உலக’ தத்துவத்தை ஏற்றுக் கொண்டார். பரமாணுவாதிகளின் ‘துவைத’ (பன்மை) தத்துவத்தை ஆதரித்து அவர் பல அடிப்படைச் சக்திகள் இருக்கின்றனவென்றார். “அறிவின் யதார்த்தமான விஷயம் எப்பொழுதும் மாறிக் கொண்டிருக்கும் உலகமும், அதன் பொருள்களுமல்ல; அறிவின் யதார்த்தமான விஷயங்கள் உலகத்தைக் கடந்தவை, நிலையானவை, ஒரே மாதிரியானவை, புலன்களுக்குப் புலப்படாதவை, பொருட்களும், மனமும் ஆகும்” என்னும் முடிவுக்கு வந்தார் பிளாட்டோ. இது பித்தாகோரின் ‘உருவம்’ தத்துவத்தைச் சார்ந்திருக்கிறது. இவ்விதம் பித்தாகோர், ஹெராக்லிது, சாக்ரடீஸ் ஆகிய மூவரின் தத்துவக் கருத்துக்களை இணைக்கும் முயற்சியைப் பிளாட்டோவின் தத்துவ இயல் செய்ய விரும்பிற்று.

புலன்களால் அறியும் அறிவுக்குப் பிளாட்டோ அதிக முக்கியத்துவம் வழங்கவில்லை. புலனறிவு, பொருட்களின் யதார்த்த நிலையைத் தெரிவிப்பதில்லை. அது நமக்குப் பொருட்களின் வெளித் தோற்றத் தையே தெரிவிக்கிறது. ஒரு கருத்து உண்மையானதாகவுமிருக்கலாம், பொய்யானதாகவுமிருக்கலாம். ஆகவே கருத்துக்கு எவ்வித முக்கியத்துவமும் இல்லை. உண்மையான ஞானம் அறிவாலும், சிந்தனையாலும் ஏற்படுகிறது. புலன்களின் உலகம் ஒரு கீழ் நிலையான போலி யதார்த்தமாகும்; அது யதார்த்தத்தின் ஒரு யூகம் மட்டுமே!

இருவிதச் சிந்தனைகளால் அறிவு கிடைக்கிறது: (1) மனத்தில் சிதறிக் கிடக்கும் விவரங்களைக் கருத்தில் கொண்டு வருவது, (2) கருத்துக்களை முக்கியமானவையென்றும், பொதுவானவையென்றும் பாகுபாடு செய்தல், இந்தப் ‘பொதுவானவை’, ‘சிறப்பானவை’ என்பவை இந்திய ‘நியாய’, ‘வைசேஷிக’ தத்துவ இயலில் மிகுதியாக வருகின்றன. வைசேஷிக சூத்திரங்களின் ஆறு விஷயங்களில் ‘பொதுவானவை’யும், ‘சிறப்பானவை’யும் நான்கு, ஐந்தாவது விஷயங்களாகும். இவை கிரேக்கத் தத்துவமேதை பிளாட்டோவிடமிருந்தே இங்கே வந்தன. அறிவின் சாதனமான சிந்தனை விஞ்ஞானமாகவும் இருக்க வேண்டுமென்பது பிளாட்டோவின் எண்ணம். புலன்கள் நமக்கு அறிவுறுத்தும் வெளியுலகின் பிரதிபலிப்புகள் அல்லது உணர்ச்சிகள் நமக்கு உண்மையை அறிய உதவி புரியமாட்டா.

பிளாட்டோ சில விஷயங்களைத் தாமாகவே நிரூபிக்கப்பட்டவை என்றார். அவைகளில் கணிதம் பற்றிய அறிவு, எண்கள், தர்க்கம் தொடர்பான எண்ணம், இல்லாமை, உதாரணம், வேற்றுமை, ஒருமை,

பன்மை ஆகியவை சேரும், இவற்றில் பலவற்றின் வர்ணனை 'வைசேஷிக'த்திலும் வருகிறது.

பிளாட்டோ அறிவை இவ்வாறு விவரிக்கிறார்: "விஞ்ஞானமும் யதார்த்தமும் இணைந்ததே அறிவாகும். யதார்த்தம் ஏதோவொரு விஷயமில்லாமல் இருக்க முடியாது. யதார்த்தத்திற்கான ஏதோவொரு விஷயம் தவறாது இருக்கத்தான் வேண்டும். அந்த விஷயம் ஒரே விதமான விஞ்ஞானமாகும்."

எண்ணம் குறித்து அவர் கூறுகிறார்: "உண்மையான எண்ணம் மாற்றமில்லாதது, அனாதியானது. ஆகவே, உண்மையான அறிவு பெற, நாம் பொருள்களின் இந்த நிலையான, மாற்றமில்லாத சாரத்தைப் புரிந்து கொள்ள வேண்டும்."

பொதுவானவையும், சிறப்பானவையும்: புலன்களின் பிரதிபலிப்புகளாலும், உணர்ச்சிகளாலும் அல்லாமல், அவற்றைக் கடந்த தூய விஞ்ஞானத்தால் கிடைக்கும் அறிவைப் பெறும்போது, பொருள்களில் நமக்குப் பொதுவான மாற்றமில்லாத சாரம் புரிகிறது. இதுவே உண்மையான அறிவு (தத்துவ அறிவு) ஆகும். இந்தியாவில் 'பொதுவான' தத்துவத்திற்குக் கடுமையான எதிர்ப்பாளர்களாகப் பவுத்தர்கள் இருந்திருக்கின்றனர். ஏனெனில் இதில் அவர்கள் 'நிரந்தரத் தன்மை'யின் மறைமுக முயற்சியைக் கண்டார்கள். 'நியாய' தத்துவாளர்கள் தனிநபர், உருவம், இனம் ஆகிய மூன்றையுமே பொருட்களாகக் கருதினர். தனி நபர்கள்தான் இருக்கிறார்களே தவிர, மூளைக்கு வெளியே விஞ்ஞானமோ, இனமோ எதுவுமில்லையென்று பிரத்யட்ச வாதிகள் கூறினர். "நான் ஒரு குதிரையை என்னவோ பார்க்கிறேன்; ஆனால் குதிரைத் தன்மையைப் பார்க்கவில்லை." என்று அந்தஸ்தேன் சொல்லியிருக்கிறார். பித்தாகோர் 'உருவ'த்தை வலியுறுத்தினார் என்பதை ஏற்கனவே கூறியுள்ளோம். பிளாடடோ 'பொதுத்தன்மை'யை ஆதரித்தவர். அவர் மாற்றமுடைய உலகத்தில் ஒரேவிதத் தத்துவத்தை நிரூபிக்க விரும்பினார். அதற்குப் 'பொதுத்தன்மை' ஒரு சிறந்த சாதனமாகும். இதைப் பவுத்த 'நியாய' தத்துவாளர்கள் நன்கு அறிந்திருந்தனர். இதனாலேயே பவுத்தத் தத்துவ அறிஞர் தர்மகீர்த்தி 'பொதுத்தன்மை'யை வன்மையாகக் கண்டித்தார். பிளாட்டோ சொன்னார்: "பொருட்களின் பழைய, அனாதியான, கண்ணுக்குப் புலப்படாத அடிப்படை உருவம் அப்பொருட்களிலிருந்து வேறானதாகவும், சுயேச்சையானதாகவும் இருந்தது. பொருட்களில் மாற்றங்கள் நிகழ்ந்தாலும், இவ்வடிப்படை உருவத்தில் எவ்வித மாற்றமும்

ஏற்படுவதில்லை. 'குதிரை' என்பது ஒரு குறிப்பிட்ட கருவாகும். அதை நாம் கண்களால் பார்க்கிறோம்; கைகளால் தொடுகிறோம்; புலன்களால் உணர்கிறோம். ஆனால் நிகழ்கால, கடந்தகால, வருங்கால லட்சக்கணக்கான குதிரைகளிலே 'குதிரைத் தன்மை' நிச்சயமாக இருக்கும். அக்குதிரைகள் எல்லாமே அழிந்துவிட்டாலும், 'குதிரைத் தன்மை' அழியாது. "பிளாட்டோ இந்தக் குதிரைத் தன்மையைக் குதிரைப் பொருளின் பழைய, அனாதியான, புலன்களுக்குப் புலப்படாத அடிப்படை உருவமென்கிறார். இந்தக் குதிரைத் தன்மையைக் குதிரைப் பொருளிலிருந்து வேறானதாகவும் சுயேச்சையானதாகவும், மாற்ற மில்லாததாகவும் நிரூபிக்க விரும்புகிறார். அவர் கூறுகிறார்: "தனியாக நாம் காணும் பொருள்கள் அனைத்தும் அனாதியான அடிப்படை உருவங்களின் - பொதுத்தன்மையின் - நிழல்கள் அல்லது முழுமை பெறாத நகல்களாகும். தனிப்பொருள்கள் வரலாம்; போகலாம். ஆனால் விஞ்ஞானம் அல்லது அடிப்படை உருவம் (பொதுத்தன்மை) ஒரேவிதமாக எப்பொழுதும் இருந்துவரும். தனிநபர்கள் தம் பாட்டுக்கு வந்துகொண்டும், போய்க் கொண்டும் இருப்பார்கள்; ஆனால் மனிதப் பொதுத்தன்மை - மனித இனம் - எப்பொழுதும் நிலைத்திருக்கும்.

எண்ணம்: பல்வேறு எண்ணங்கள் ஒன்றாக இணைந்து ஒரு முழு உருவத்தை ஏற்படுத்துகின்றன. அதில் பல்வேறு எண்ணங்களுக்குத் தனித்தனி இடம் ஒதுக்கப்பட்டிருக்கும். பிளாட்டோவின் சமுதாயம் அடிமைகளின், யசமானர்களின் சமுதாயமாகும். அதில் இருவேறு நலன்களுக்கிடையே போராட்டம் நிலவிற்று. இந்த வர்க்கப்போரைப் பிளாட்டோ தனது கவிதை நடைமொழியில் ஒழிக்க விரும்பினார். பிளாட்டோ மட்டுமல்ல; அவருக்குச் சில நூற்றாண்டுகளுக்கு முன்னர், இந்தியாவில் வாழ்ந்திருந்த ரிஷிகளும் இதே நோக்கத்துடனேயே "புருஷஸூக்தம்" இயற்றினார்கள். அதில் பிராமணர்கள் பிரம்மாவின் தலையிலிருந்தும், க்ஷத்திரியர்கள் கரங்களிலிருந்தும், வைசியர்கள் தொடையிலிருந்தும், சூத்திரர்கள் கால்களிலிருந்தும் பிறந்தார்களென்று கூறி, சமுதாயத்தில் அமைதி காக்க விரும்பினர். தத்துவ இயலில் பிளாட்டோவும் எண்ணங்களிலும் உயர்வு- தாழ்வுகளை ஏற்படுத்த விரும்புகிறார். எல்லாவற்றைக் காட்டிலும் சிறந்தது கடவுள் எண்ணமாகும். இதுவே மற்றெல்லா எண்ணங்களின் தோற்றுவாயாகும். இதுவே மகத்தான எண்ணமாகும்; இதைவிட மகத்தான எண்ணம் வேறெதுவுமில்லை.

இரு உலகங்கள்: உலகத்தில் இரண்டு விதமான சக்திகள் உள்ளன. மனம், பவுதீகச் சக்திகள். ஆனால் இவற்றில் மனமே

யதார்த்தமான சக்தியாகும். இதுவே விலைமதிப்பற்ற பொருளாகும். ஒவ்வொரு பொருளின் உருவமும், சாரமும் இறுதியில் இதையே (மனதையே) சார்ந்துள்ளது. உலகத்தில் இதுவே எல்லாவற்றையும் கட்டுப்படுத்துகிறது. மற்ற பவுதீகச் சக்திகள் அனைத்தும் அடிப்படையானவையல்ல. அவற்றின் செயல்பாடுகளே! அவை விழிப்புடையவையல்ல; உறங்குபவை. அவை உணர்ச்சியுள்ளவையல்ல, ஜடமானவை. தன்னிச்சையாக இயங்கக்கூடியவையல்ல; தமது விருப்பத்திற்கு மாறாக இயங்குபவையே! அவை விரும்பாவிட்டாலும் மனதிற்கே அடிமைகள். அவை மனத்தின் உத்தரவுக்கிணங்கி ஆடுகின்றன. எப்படியாயினும் மனத்தின் முத்திரை அவற்றின்மீது விழுகிறது. இந்த அடிப்படை உருவமே (மனதே) செயலுடன் கூடிய காரணமாகும்; பவுதீகச் சக்திகள் துணைக் காரணங்களாகும்.

கடவுள்: உன்னத எண்ணம் (மனது) கடவுளே என்பதை ஏற்கனவே கூறினோம்: பிளாட்டோ கடவுளைச் சிற்பியுடன் ஒப்பிடுகிறார். கடவுள் சிற்பியைப் போலவே, எண்ண உலகில் நிலவும் முன்மாதிரிகளின்படி, (அடிப்படை உருவங்கள், பொதுவானவையின்படி) லோகாயத உலகத்தை உருவாக்குகிறார், எண்ணத்தின்படி கடவுள் தம்மாலானவரை முழு உலகத்தையே உருவாக்குகிறார். அப்படியிருந்தும் உலகத்தில் ஏதாவது குறை காணப்பட்டால், அதற்காக சிருஷ்டி கர்த்தாவைக் குறைகூற இயலாது; ஏனெனில் பவுதீகச் சக்திகளைச் சார்ந்துதான் அவர் பணியாற்ற வேண்டும். இந்தப் பவுதீகச் சக்திகள் படைப்பாளியின் சிருஷ்டியில் தடைகள் ஏற்படுத்துகின்றன. பிற்காலத்தில் நமது நாட்டில் தோன்றிய 'நியாய' தத்துவாளர்களைப் போல, படைப்பாளர் தந்தையைப் போலல்லாமல், பொறி இயலாளர் போலாவார். அவர் தலைசிறந்த எண்ணமாக இருந்தாலும், அவருடன் கூடவே லோகாயதச் சக்திகளும் முன்பிருந்தே இருக்கின்றன. லோகாயத உலகமும், கற்பனை உலகமும் முதலிலிருந்தே இருக்கின்றன. இவ்விரண்டையும் இணைப்பதற்காக - எண்ணங்களாக உள்ள அடிப்படை உருவங்களின்படி லோகாயதச் சக்திகளைச் செம்மைப்படுத்த ஒரு நபர் தேவை. அந்த நபரே கடவுளாவார். அவரே வெளியுலகத்திற்கும், உள் உலகத்திற்கும் தொடர்பு ஏற்படுத்துகிறார். பிளாட்டோவின் கடவுள் 'சிவம்' (நல்லது) ஆவார். அவர் தனது கடவுளைச் சூரியனுடன் ஒப்பிடுகிறார்; சூரியன் பொருள்கள் உண்டாகவும் காரணமாகிறான்; அத்துடன் அப்பொருட்களை அறிந்துகொள்ள ஒளியும் தருகிறான். இதே போல் 'சிவம்' எல்லாப்

பொருள்களின் உண்மைகளையும், அவை பற்றிய அறிவையும் தோற்றுவிக்கிறது.

தத்துவத்தின் சிறப்பு: பிளாட்டோவின் தத்துவ இயல் பகுத்தறிவுத் தத்துவ இயலாகும். ஏனெனில் அது ஞானத்தைப் பெறப் புலன்களைச் சார்ந்திராமல், அறிவை வலியுறுத்துகிறது. பிரத்யட்ச உலகத்திலிருந்து வேறுபட்ட, மனோ உலகமே அதன் உண்மையான உலகமாகும். பிளாட்டோ எண்ண முதல்வாதிதான்; ஏனெனில் எண்ண உலகம் தான் (அடிப்படை உருவம்தான்) அவருடைய ஒரே ஆதாரமாகும். அவரை 'வெளியுலகவாதி' என்றும் நாம் கூறலாம்; ஏனெனில் வெளியுலகத்தை அவர் நிராதரவானதாகக் கருதாமல், அதை ஒரு யதார்த்த உலகத்தின் (மனோ உலகத்தின்) வெளிப்பாடென்று கூறுகிறார். அனைத்து உலகத்தையும் இணைக்கும் மகத்தான ஞானத்தை (கடவுளை) ஒப்புக்கொள்வதால், அவரைப் 'பிரம்மவாதி' என்றும் சொல்லலாம். ஆனால் அவர் லோகாயதவாதி மட்டும் அல்ல; ஏனெனில் லோகாயதச் சக்திகளையும், அவற்றால் உருவான உலகத்தையும் அவர் முக்கியமானவைகளாகக் கருதாமல், முக்கிய மற்றவையாகவே கருதினார். அவர் சமுதாயத்தில் மாற்றம் விரும்பினால், அம்மாற்றத்தை யதார்த்தமான நிகழ்காலச் சமுதாயத்தில் அல்லாமல், அடிப்படை உருவத்தை ஆதாரமாகக் கொண்டு விரும்பினார்.

பொருள்முதல்வாதி அரிஸ்டாட்டில் (கி.மு. 384-322)

அரிஸ்டாட்டில் புத்தருக்குப் பின்னர் (கி.மு. 563- 483) ஒரு நூற்றாண்டுக்குப் பிறகு ஸ்தகிராவில் பிறந்தார். அவருடைய தந்தை நிக்கோமாசு, அலெக்ஸாந்தரின் தந்தையும், மக்தூனிய அரசருமான ஃபிலிப்பின் அரச வைத்தியராவார். அரிஸ்டாட்டிலின் குழந்தைப் பருவத்தில் பிளாட்டோவின் புகழ் நன்கு பரவியிருந்தது. தனது பதினேழாவது வயதில் (கி.மு. 367) அரிஸ்டாட்டில், பிளாட்டோவின் பள்ளியில் சேர்ந்து, இருபதாண்டுகளுக்குப் பின்னர் கி.மு. 347ல் தனது ஆசான் காலமாகும்வரை அங்கேயே இருந்தார். ஃபிலிப் சக்கரவர்த்திக்குத் தனது மகனான அலெக்ஸாந்தருக்குக் கல்வி கற்பிக்க (அலெக்ஸாந்தர்: கி.மு. 353 323) ஒரு சிறந்த ஆசிரியர் தேவைப்பட்டார். அவரது பார்வை அரிஸ்டாட்டிலின் மீது விழுந்தது. உலகத்தை வெற்றி கொண்ட அலெக்ஸாந்தரை உருவாக்குவதில் அரிஸ்டாட்டில் பெரும் பங்கு வகித்தார்; அத்துடன் அவரது குருவான பிளாட்டோ வையும், பிளாட்டோவின் குருவான சாக்ரடீஸையும் இங்கே நினைவுபடுத்திக் கொள்ளத்தான் வேண்டும். சாக்ரடீஸ் தனது சுதந்திரமான கருத்துக்களுக்காக ஏதென்ஸ் நகர தேர்ந்தெடுக்கப்பட்ட

ஆட்சியாளரின் கோபத்திற்கு ஆளானார். பிளாட்டோவும் தனது காலத்திய சமுதாயத்தினிடம் வெறுப்படைந்திருந்தார். எனவே அதை மாற்றி ஒரு பொதுஉடைமைச் சமுதாயத்தை நிறுவ விரும்பினார்; ஆனால் அப்புதிய சமுதாயத்தை இந்த யதார்த்த உலகில் அமைக்க விரும்பவில்லை. அப்புதிய சமுதாயத்தை அவர் 'மனோ உலக'த்தி லிருந்து கொண்டு வர விரும்பினார். அதன் ஆட்சியைச் சாதாரண மனிதர் கைகளில் அல்லாமல், இவ்வுலகத்தை மறந்து கற்பனை உலகத்தில் சஞ்சரித்துக் கொண்டிருக்கும் தத்துவ மேதைகளின் கைகளில் ஒப்படைக்க விரும்பினார். தனது எண்ணத்தில் உதித்த பொது உடைமைச் சமுதாயத்தை நிறுவுவதில், உலகை வெற்றி கொள்ளும் பேரரசர் ஒருவர் உதவுவார் என்னும் விஷயம் பிளாட்டோவுக்கு மட்டும் தெரிந்திருப்பின்: பதினெட்டு, பத்தொன்பதாம் நூற்றாண்டுகளில் வாழ்ந்த புரூதோஜ் போன்ற ஐரோப்பிய சோஷலிஸ்டுகளைப் போலவே அவரும் பொதுஉடைமை அரசகர் களுக்காகத் தேடியிருப்பார். அரிஸ்டாட்டில் இருபதாண்டுகள் வரையிலும் தனது ஆசானின் கருத்துக்களைக் கேட்டுக் கொண்டிருந்த தால், அவற்றின் பிரதிபலிப்பு அவர் மேல் நிச்சயம் இருந்திருக்கும். பிளாட்டோவின் 'பொது உடைமை அரசு' என்னும் சித்தாந்தம் அரிஸ்டாட்டில் வழியாக 'உலக அரசு', 'சக்ரவர்த்திப் பேரரசு' ஆக அலெக்ஸாந்தரிடம் வந்திருக்கக் கூடும். புத்தர் தமது துறவிகள் சங்கத்தில் உபயோகப் பொருட்களைப் பொறுத்தவரை முழுப் பொருளாதாரப் பொது உடைமையை நிறுவ விரும்பினார். பரீட்சார்த்தமான அச்செயல் வெற்றி பெற்றிருந்தால், புத்தர் அதைப் பரந்த சமுதாயத்தில் பரீட்சித்துப் பார்த்திருப்பார். இப்படிப்பட்ட கருத்துக்கள் கொண்டிருந்த புத்தரும்கூட, சக்ரவர்த்தி வாதத்தையும், உலகத்துக்கெல்லாம் தர்மராஜாவாக இருக்கக்கூடிய பேரரசனையும் புகழ்ந்து கொண்டிருந்தார். இதேபோல் அரிஸ்டாட்டிலும் தனது சீடனான அலெக்ஸாந்தரை சிறு வயதிலிருந்தே தன்னுடைய, தனது ஆசானின் கனவுகளையும் உண்மையாக்கச் சக்ரவர்த்தியாகும்படி தூண்டிக் கொண்டிருந்திருக்கலாம். அரிஸ்டாட்டில் ஏதென்ஸ் போன்ற நகரக் குடியரசுகளை மட்டும் பார்க்கவில்லை; மூன்று கண்டங்களில் ஆட்சி செய்து கொண்டிருந்த ஈரானியப் பேரரசர் களையும் தெரிந்திருந்தார். அரிஸ்டாட்டில் அலெக்ஸாந்தரிடம் இப்படிப்பட்ட கருத்துக்களைத் தோற்றுவித்திருந்தால், அலெக்ஸாந்தர் உலகத்தை வெற்றி கொண்டதோடு, மற்ற கனவுகளை நனவாக்க ஏன் முயற்சி செய்யவில்லை என்ற கேள்வி எழலாம். இதன் பதில்:

அலெக்ஸாந்தர் கனவுலகத்தில் சஞ்சரிக்கும் தத்துவ மேதை அல்ல. அவர் தன் கண் முன்னால் கிரேக்கர்கள் தமது கூர்மையான ஈட்டிகளாலும், வாள்களாலும் வெற்றி மேல் வெற்றி பெற்று வருவதைக் கண்டார். இதனாலேயே அவர் கனவுலகில் சஞ்சரிக்கும் தனது ஆசானின் எல்லா உபதேசங்களையும் ஏற்றுக் கொள்ளத் தயாராயில்லை.

அரிஸ்டாட்டில் தத்துவ அறிஞர் மட்டுமல்ல; அரசியல் சிந்தனை யாளரும் கூட! கி.மு. 323ல் அலெக்ஸாந்தர் காலமாகிவிட்டபோது ஏதென்ஸில் மக்தூனியர்- மக்தூனிய எதிர்ப்பாளர் என்னும் இரு பிரிவுகள் தோன்றிய சமயத்தில், அரிஸ்டாட்டில் மக்தூனிய எதிர்ப்பாளரை ஆதரித்தார். இப்பொழுது அவருக்குத் தனது தவறு புரிந்திருக்கலாம். ஆயுத பலமுடைய சர்வாதிகாரத்தைக் காட்டிலும் ஏதென்ஸின் பழைய ஜனநாயக வணிக அரசே சிறந்ததென்று அவருக்குத் தோன்றியது. இவ்வரசியல் ஈடுபாட்டினால் ஏதென்ஸ் ஆட்சியாளர்கள் அரிஸ்டாட்டிலின் பகைவர்களாகிவிட்டனர். அவர் தன் உயிரைக் கையில் பிடித்துக் கொண்டு யுபோயியாவுக்கு ஓடிப்போக நேரிட்டது. அங்கேயே அதே ஆண்டு (கி.மு. 322ல்) அவர் காலமாகிவிட்டார்.

1. தத்துவக் கருத்துக்கள்: அரிஸ்டாட்டில் பல நூல்களை எழுதினார். தனது காலம் வரை தெரிந்திருந்த அறிவுச் செல்வத்தை அவர் தனது நூல்களில் திரட்டியுள்ளார். அத்துடன் அவரும்கூட மனித அறிவைப் பெருமளவுக்கு வளர்த்தார். அரிஸ்டாட்டில் பிளாட்டோவின் தத்துவக் கருத்துக்களைப் பூரணமாக ஒப்புக் கொள்ளவில்லை என்று கூற முடியாது; ஏனெனில் அவர் 'மனோ உலக' தத்துவத்தை மறுக்கவில்லை. சாக்ரடீஸையும், பிளாடடோவையும் போலவே அவரும் அறிவைப் பெற எண்ணத்தின் முக்கியத்துவத்தை ஏற்றுக் கொண்டாலும், லோகாயத உலகத்திலிருந்து வேறுபட்ட ஒரு பிரதான உலகம் இருக்கிறதென்பதை ஒப்புக் கொள்ளவில்லை. வெளியுலகத்தை (யதார்த்த உலகத்தை) புரிந்து கொள்ள அதை விளக்க அமர உலகத்தின் (மனோ உலகத்தின்) தேவையை அரிஸ்டாட்டில் ஏற்றுக் கொண்டார். யுனிக் தத்துவாளர்கள் லோகாயத அம்சத்தை மட்டுமே வலியுறுத்தினர். பித்தாகோரும், பிளாட்டோவும் 'அடிப்படை உருவம்' அல்லது 'எண்ணத்'தை வலியுறுத்தினர். ஆனால் அரிஸ்டாட்டில் இரண்டையும் பிரிக்க இயலாதவையாகக் கருதினார். அடிப்படை உருவம் லோகாயதச் சக்திகளில் நிறைந்

துள்ளது; லோகாயத சக்திகளில் அடிப்படை உருவம் நிறைந்துள்ளது; பொதுத்தன்மை தனி நபர்களில் நிறைந்துள்ளது. இவ்விரண்டையும் தனித்தனியாகப் புரிந்து கொள்ளலாம்; ஆனால் பிரிக்க முடியாது. பிளாட்டோ தத்துவ மேதை மட்டுமல்ல; கணிதப் பேரறிஞரும் கூட. இதனால் அவரது தத்துவ இயலில் கணிதத்தின் கற்பனைப் புள்ளிகளும், கோடுகளும், எண்களும் நிழலாடுகின்றன. அரிஸ்டாட்டில் உயிரியல் மேதையுமாக இருந்ததால், அவர் எண்ணங்களுக்கும், லோகாயதச் சக்திகளுக்குமிடையே வேற்றுமையைக் காணவில்லை. எண்ணங்கள், லோகாயதச் சக்திகள், (எலியாக்காரர்களின்) நிலையான தன்மை, (ஹெராக்லிதுவின்) மாறும் தன்மை எல்லாவற்றையும் அரிஸ்டாட்டில் இணைக்க விரும்பினார். அவர் எல்லாப் பொருள்களிலுமே எண்ணத்தையும் (அடிப்படை உருவத்தையும்) லோகாயதச் சக்திகளையும் பார்த்தார். ஒரு சிலையிலுள்ள சலவைக்கல் லோகாயதப் பொருளாகும்; அதிலுள்ள உருவம் எண்ணமாகும். அவ்வெண்ணம் சிற்பியின் மூளையிலிருந்து உதித்ததாகும். செடி, கொடிகள், மிருகங்கள், மனிதர்கள் ஆகியவர்களின் உடல் லோகாயதப் பொருளாகும். அவற்றிலுள்ள செரிக்கும் சக்தியும், உணர்ச்சியும் எண்ணம் பாற்பட்டவையாகும். 'உருவமில்லாமல் எந்தப் பொருளுமே இல்லை' நிலம், நீர், நெருப்பு காற்று ஆகியவையும் கூட உருவமில்லாமலில்லை. இவையும் அடிப்படைக் குணங்களான உலர்தல், ஈரம், சூடு, குளுமை போன்றவையும் பல்வேறு கலப்புகளால் ஆனவையே! நமது நாட்டின் 'ஸாங்கிய' சித்தாந்தத்தில் இவ்வடிப்படைக் குணங்களே புலன்களின் காரணங்களென்று குறிப்பிடப்பட்டுள்ளன. இது அரிஸ்டாட்டிலின் கருத்தைச் சார்ந்துள்ளது. வளர்ச்சி அல்லது முன்னேற்றத்தைத் தன்னகத்தே கொண்டவைதான் லோகாயதச் சக்திகள். ஆனால் இந்த வளர்ச்சிக்கும், முன்னேற்றத்திற்கும் ஒரு எல்லையுண்டு. ஒரு கல் துண்டு சிலையாகலாம்; ஆனால் மரமாக முடியாது. இக்கருத்து அரிஸ்டாட்டிலை 'இன ஸ்திரத்தன்மை' என்னும் தத்துவத்திடம் கொண்டு சென்றுவிட்டது. இதனால் அவர் இனங்களில் மாறுதல் நிகழாதென்று நினைத்துவிட்டார். இக்கருத்து அரிஸ்டாட்டிலை உயிரியலில் முன்னேறவிடவில்லை. பத்தொன்பதாம் நூற்றாண்டின் மகத்தான கண்டுபிடிப்பான 'உயிரியல் இன மாறுதலை' அவரால் புரிந்து கொள்ள இயலவில்லை. ஆனாலும் ஒரே வரிசையில் நிகழ்ந்த வளர்ச்சியை அவரால் பார்க்க முடியாவிட்டாலும், பல்வேறு வரிசைகளில் ஏற்பட்ட வளர்ச்சியை அவரால் கவனிக்காமல் இருக்க முடியவில்லை. சிறு, சிறு உயிரினங்களின் வரிசையிலிருந்து பெரும்

உயிரினங்களின் மாபெரும் வளர்ச்சியை அரிஸ்டாட்டில் பார்த்தார். அடிப்படை உருவங்களற்ற லோகாயதச் சக்திகள் அடிப்படை உருவங்களுடைய லோகாயதச் சக்திகளைக் காட்டிலும் அதிக வளர்ச்சியடையவில்லை. இனி வளர்ச்சியடைய வாய்ப்பே இல்லை யென்பதுதான் வளர்ச்சியின் சிகரமாகும். ஆகவே லோகாயதச் சக்திகளின் எல்லைக்குள் வராததே கடவுளாகும். பிளாட்டோவின் 'மாற்றமில்லாத எண்ணம்' இந்தக் கடவுளேயாகும்; ஆனால் அரிஸ்டாட்டிலின் கருத்திலுள்ள 'சிருஷ்டி கர்த்தா' இதுவல்ல. ஏனெனில் எண்ணமும், லோகாயதச் சக்தியும் எப்பொழுதுமே அங்கே இருந்து வருகின்றன. எனினும் எல்லாப் பொருட்களுமே கடவுளை நோக்கிப் போகின்றன. கடவுளை அடைவதே உலகத்தின் கோரிக்கையாக இருக்கிறது. கடவுள் அருகில் எல்லாப் பொருட்களுமே உன்னத நிலையை நோக்கி முன்னேறுகின்றன. (இந்தக் கற்பனை இந்திய 'ஸாங்கிய' தத்துவத்தின் 'புருஷரை' ஒத்துள்ளது) அவர் உலகத்தின் நிலையான இயக்குநர். 'அவருடைய அன்பே உலகத்தை யெல்லாம் நடத்திக் கொண்டிருக்கிறது.'

அரிஸ்டாட்டில் நான்கு விதக் காரணங்களைக் கூறுகிறார்: (1) காரியமாக மாறும் காரணம், உ-ம்: குடம் செய்வதற்கான மண்; (2) காரியம் ஆகும் விதியான அடிப்படை உருவம் அல்லது எண்ணக் காரணம்; (3) திறனான காரணம்: இதன் மூலம் காரியமாக மாறும் காரணம் காரியத்தின் உருவம் பெறுகிறது. உ-ம்: குயவன்; (4) கடைசிக் காரணம் அல்லது பயன்: இதற்காகவே காரணம் தோன்றியது. முதல் காரணத்தையும் மூன்றாம் காரணத்தையும் இந்திய 'நியாய' தத்துவாளர்கள் ஏற்றுக் கொண்டனர். ஒவ்வொரு காரியத்துக்கும் நான்கு விதக் காரணங்கள் தேவையில்லை; பலவற்றுக்குக் காரியமாக மாறும் காரணமும், திறனான காரணமே போதுமானவையென்று அரிஸ்டாட்டில் கூறினார்.

2. அறிவு: அரிஸ்டாட்டில் சொன்னார்: நாம் ஞானத்தைப் பெறுவதற்காக அறிவைக் காட்டிலும் புலன்களையே அதிகமாக நம்ப வேண்டும். நிகழ்ச்சிகள் அறிவைப் பலப்படுத்தும்போது தான் அதை நாம் நம்ப வேண்டும். நிகழ்ச்சிகளைத் தெரிந்து கொள்வது மட்டுமே உண்மையான ஞானமாகிவிடாது; நிகழ்ச்சிகளுக்கான காரணங்களையும், நிலைமைகளையும் தெரிந்து கொள்வதுதான் உண்மையான ஞானமாகும். முதல் அல்லது இறுதிக் காரணத்தை ஆராயும் தத்துவ இயலை 'முதல் தத்துவ இயல்' என்று அரிஸ்டாட்டில்

குறிப்பிடுகிறார். இன்று அதையே நாம் 'ஆன்மீக இயல்' என்கிறோம். அரிஸ்டாட்டில் தர்க்கவியலின் முதல் ஆசாரியர்களில் ஒருவர். அறிவைப் பெறுவதற்குத் தர்க்கம் நமக்கு வழிகாட்ட வேண்டுமென்பது அவரது கருத்து. இவ்விதம் தர்க்கம் தத்துவ இயலை அடைவதற்கான படியாகும். அறிவை அடைவதற்காக நாம் செய்யும் சிந்தனையை அல்லது வேறு முறையை ஆராய்வது தர்க்கத்தின் முக்கிய பணியாகும். அது உண்மையில் தூய சிந்தனைக் கலையாகும். நமது சிந்தனை எப்பொழுதுமே புலனறிவால் ஆரம்பமாகிறது. நாம் முதலில் குறிப்பிட்ட விஷயத்தை அறிந்து கொள்கிறோம். பின்னர் பொதுவானதைத் தெரிந்து கொள்கிறோம். அதாவது முதலில் அதிகமாகத் தெரிந்ததை அறிந்து கொள்கிறோம். பிறகு அதை விட அதிகமாகத் தெரிந்ததையும், அதிகமான முடிவானதையும் அறிந்து கொள்கிறோம். நாம் முதலில் தனித்தனி இடங்களில்- சமையல் அறையிலும், சுடுகாட்டிலும் (இஞ்சினிலும் கூட)- புகையுடன் நெருப்பைக் காண்கிறோம். பிறகு புகையிருக்கும் இடமெல்லாம் நெருப்பிருக்கும் என்ற முடிவுக்கு வந்து விடுகிறோம்.

அரிஸ்டாட்டில் தனது தர்க்கவியலில் சில இடங்களில் பத்து விதமான அறிவைப் பற்றிய விஷயங்களும், சில இடங்களில் எட்டு ரகமான அறிவைக் குறித்த விஷயங்களும் குறிப்பிட்டுள்ளார்: (1) அது என்ன? அதாவது பொருள் (மனிதன்); (2) எவற்றால் உருவானான்? அதாவது குணங்கள்; (3) அவன் எவ்வளவு பெரியவன்? அதாவது அளவு; (4) எப்படிப்பட்ட தொடர்புள்ளவன்? அதாவது தொடர்பு (மிகப் பெரியவனா, இரட்டிப்புள்ளவனா?); (5) அவன் எங்கே இருக்கிறான்? அதாவது திசை அல்லது நாடு; (6) எப்பொழுது இருப்பான்? அதாவது காலம்; (7) எப்படி இருக்கிறான்? அதாவது நிலை (படுத்திருக்கிறானா, உட்கார்ந்திருக்கிறானா?); (8) எப்படி இருக்கிறான்? அதாவது உருவம் (ஆடைகள் அணிந்தா அல்லது ஆயுதங்களை வைத்தா?) (9) அவன் என்ன செய்கிறான்? அதாவது செயல் (படிக்கிறான்); (10) என்ன முடிவு? அதாவது செயலாற்றாமை (எதுவும் செய்யவில்லை). இவைகளில் பொருள், குணம், செயல் ஆகியவை நம் நாட்டின் 'வைசேஷிக' தத்துவத்திலும் உள்ளன. காலமும், திசையும் அதன் ஒன்பது பொருள்களில் இருக்கின்றன. மற்றவைகளிலும் பலவற்றைக் குறித்து 'வைசேஷிக'மும், 'நியாய' தத்துவமும் குறிப்பிடு கின்றன. அலெக்ஸாந்தரின் படையெடுப்பிற்கு முந்தைய எந்த இந்திய நூலிலும் இவை குறிப்பிடப்படவில்லை. ஆகவே நமது தத்துவ இயல்

கிரேக்கத் தத்துவாசிரியர்களுக்கும் கடமைப்பட்டிருக்கிறது என்று கூறலாம்.

அரிஸ்டாட்டில் தனிநபரை அல்லது சிறப்பானதை உண்மைப் பொருளாகக் கருதுகிறார். இந்தத் தனி நபர் மாறிக்கொண்டு மிருக்கிறான்; அழிந்து கொண்டுமிருக்கிறான். நாம் காணும் எல்லாப் பொருட்களுமே மாறுதல் அடைந்து கொண்டே இருக்கின்றன. பஞ்ச பூதங்களும், எண்ணங்களும் புதிதாகத் தோன்றுவதுமில்லை; நிரந்தரமாக மறைந்து விடுவதுமில்லை. அவை பொருள்களின் பழமையான அடிப்படைத் தத்துவங்களாகும். மாறுதலோ, வளர்ச்சியோ சூனியத்தில் நிகழாது. அவற்றுக்கு ஒரு அடைக்கலம் அல்லது அடிப்படை இருக்க வேண்டும். அதுவே மாறுதலில்லாத அழிவில்லாத அடிப்படைச் சக்தியும், உருவமுமாகும். பஞ்ச பூதங்களும், எண்ணங் களும் இணைவதால்தான் மாறுதலும், இயக்கமும் ஏற்படுகின்றன. அரிஸ்டாட்டில் இயக்கம் நான்கு வகை என்கிறார்; (1) பொருள் சம்பந்தமான இயக்கம்; உற்பத்தியும், அழிவும்; (2) அளவு சம்பந்தமான இயக்கம்: இணைப்பினாலும், பிரிவினாலும் கருவின் அளவில் மாறுதல்; (3) குணம் சம்பந்தமான இயக்கம்: ஒரு பொருள் மற்றொரு பொருளாக மாறுதல்; பால் தயிராகவும், தண்ணீர் பனிக்கட்டியாகவும் மாறுதல்; (4) நாடு சம்பந்தமான இயக்கம்: ஓரிடத்திலிருந்து வேறிடத்துக்குச் செல்லுதல்.

அரிஸ்டாட்டில் தத்துவ மேதை மட்டுமல்லாமல், மாபெரும் உயிரியல் அறிஞர் என்பதையும் ஏற்கனவே குறிப்பிட்டுள்ளோம். அவருடைய தந்தையே ஒரு மருத்துவர். மருத்துவர்களுக்கு உயிரியலை அறிந்துகொள்வது மிகவும் அவசியமாகும். ஹிப்போகிரேடஸும், அவரது சீடர்களும் கி.மு. ஐந்தாம் நூற்றாண்டிலேயே உயிரியல் ஆராய்ச்சிகளைத் தொடங்கினார்கள் அரிஸ்டாட்டில் இவ்வாராய்ச்சி களை முன் கொண்டு சென்றார்; ஒருவிதத்தில் ‘உயிர் வளர்ச்சி’ சித்தாந்தத்தின் தந்தையென்று அவரைக் கூறலாம். அரிஸ்டாட்டிலின் உயிரியல் பணியை அவரது சீடரான தியோபிராஸ்து (கி.மு. 390-285) தொடர்ந்தார். ஆனால் அதன் பின்னர் இரண்டாயிரம் ஆண்டுகள் வரை உயிரியல் ஆராய்ச்சி நின்றுவிட்டது. புகழ்பெற்ற விஞ்ஞானி டார்வின், அரிஸ்டாட்டிலின் உயிரியல் ஆராய்ச்சிகளை வெகுவாகப் புகழ்ந்துரைக்கிறார்.

கிரேக்கத் தத்துவாளர்களுக்கு நாம் எவ்வளவோ கடமைப் பட்டுள்ளோம் என்ற உண்மை நமது அறிஞர்கள் பலருக்குப்

பிடிப்பதில்லை. இந்தியர் மற்ற இனத்தவரின் உதவியின்றியே தமது அறிவை வளர்த்துக் கொண்டனர். என்பதை நிரூபிக்கப் படாதபாடு படுகின்றனர். கிரேக்கர்களின் தொடர்பு நமக்கு ஏற்படாததற்கு முந்தைய இந்திய நூல்களில் குறிப்பிடப்படாத தத்துவங்களும் நம்முடையவையே என்று நிரூபிக்கப் பெருமுயற்சி செய்கின்றனர். கி.மு. 323-ல் அலெக்ஸாந்தர் நம் நாட்டின் மீது படையெடுத்து வந்தபோது, கிரேக்கத் தத்துவம், கலை, இலக்கியம் ஆகியவை மிக உயர்ந்த நிலையில் இருந்தன என்பதை நாம் மறக்கக் கூடாது. அப்போதும், அதற்குப் பின்னரும் கூட இலட்சக்கணக்கான கிரேக்கர்கள் இந்தியாவுக்கு வந்து நிரந்தரமாக இங்கேயே தங்கிவிட்டனர். இன்று அவர்கள் நமது இரத்தத்துடன் இரத்தமாக இரண்டறக் கலந்து விட்டனர். கிரேக்கர்கள் எப்படி இந்தியர்களுடன் இரண்டறக் கலந்து போய் விட்டனரோ, அதே போல் அவர்களுடைய அறிவுச் செல்வமும் நம்முடைய அறிவுச் செல்வத்துடன் இரண்டறக் கலந்து போய் விட்டது. காந்தாரச் சிற்பக் கலையில் கிரேக்கச் சிற்பக்கலையின் தெளிவான முத்திரையைப் பார்க்கலாம். குப்தா காலச் சிற்பக் கலையிலும் கிரேக்கச் சிற்பக் கலையின் முத்திரையைக் கவனிக்கலாம். அப்படி இருக்கும்போது அந்தக் காலத்தில் துறவிகளாகவும், ஆசிரியர்களாகவும் இந்தியாவிற்குள் வந்த கிரேக்கர்கள் நமது அறிவுச் செல்வத்தை வளர்த்தார்கள் என்பதை ஒப்புக் கொள்வதில் ஆட்சேபணை ஏன்?

கிரேக்கத் தத்துவ இயலின் முடிவு

கி.மு. 338ல் நடந்த ஷேரோனியா யுத்தத்தில் கிரேக்கம், மக்தூனியாவிடம் தோற்றுத் தனது சுதந்திரத்தை இழந்துவிட்டது. இனி மீண்டும் தலையெடுக்காத அளவுக்கு இது கிரேக்கத்தின் ஆன்மாவையே அழித்து விட்டது. அரிஸ்டாட்டில் கி.மு. 322 வரை வாழ்ந்திருந்தாலும், அவர் தனது மகத்தான தத்துவச் சிந்தனைகளை யெல்லாம் முதலிலேயே வெளியிட்டிருந்தார். அடிமைப்படுத்தப்பட்ட கிரேக்கம் ஹெராக்லிது, தெமோகிருது, பிளாட்டோ, அரிஸ்டாட்டில் போன்றவர்கள் அளித்ததைப் போல் சுதந்திரமான உயிரோட்டமுள்ள தத்துவ இயலை அளிக்க முடியாது. சாகுந்தறுவாயில் விரக்தி தத்துவம்தானே வெளிப்படுகிறது! அரிஸ்டாட்டிலின் மறைவுக்குப் பின் பல நூற்றாண்டுகள் வரை கிரேக்கத் தத்துவ இயல் இருந்தாலும், அது நிராசையின் தத்துவமாகவே விளங்கி வந்தது. துன்பத்தில் மூழ்கிய மக்கள் தமது துயரை மதப்போர்வையிலும், சம்பிரதாயச் சடங்குகளிலும் மறைக்க விரும்புகின்றனர். பகுத்தறிவு வாதிகளான

ஸ்டோயிக்குகளானாலும், லோகாயதவாதிகளான எபிகுரியர்களானாலும், சந்தேகவாதிகளானாலும் அனைவருமே மதப் பிரச்சினைகளிலும், சடங்குகளிலும் மூழ்கியிருக்கின்றனர்; மனச் சாந்திக்காகவும், புறத்தளைகளிலிருந்து விடுபடுவதற்காகச் சிந்திப்பதிலுமே அவர்களுடைய முடிவு நெருங்கி விடுகிறது.

எபிகுரியரின் லோகாயத வாதம்

மனிதனை மகிழ்ச்சிகரமான வாழ்வை நோக்கி அழைத்துச் செல்வதுதான் தத்துவ இயலின் குறிக்கோளென்பது எபிகுரியரின் கருத்தாகும். இவர்களது தத்துவம் தெமோகிருதுவின் இயந்திரப் பரமாணுவாதத்தைச் சார்ந்திருந்தது. உலகம் எண்ணற்ற பவுதீக பரமாணுக்களின் எதிர்மறையான செயல்களின் விளைவே என்பது தெமோகிருதுவின் தத்துவமாகும். அதன் பின்னால் எந்தவிதமான பயனோ, அறிவுச் சக்தியோ வேலை செய்யவில்லை. ஒவ்வொரு வினாடியும் இயங்கிக் கொண்டும், ஒன்றுடன் ஒன்று இணைந்து பிரிந்து கொண்டிருக்கும் இப்பரமாணுக்களின் இணைப்பிலேயே மனிதனும் உருவானான். அவன் நிரந்தரம் மாறிக் கொண்டே இருக்கும் ஒரு பிரவாகமாகும். வாழ்வின் இறுதியில் இப்பரமாணுக்கள் மீண்டும் சிதறிவிடும். ஆகவே மகிழ்ச்சியடையும் வாய்ப்பு மனிதனுக்குத் தற்போதைய வாழ்க்கைக்குப் பிறகு கிடைக்கப் போவதில்லை. வரப்போகும் மகிழ்ச்சிக்காக இப்போதைய வாழ்க்கையை மறக்க வேண்டியதில்லை. ஆகவே மனிதன் இன்பம் அடைவதற்கான முயற்சியை இங்கேயே செய்ய வேண்டும். வாழ்க்கையை இன்பமயமாக்கும் முறைகளையும், விதிகளையும், கட்டுப்பாடுகளையும் ஏற்றுக் கொள்ள வேண்டும். இவ்விதமாக எபிகுரிய தத்துவாளர்கள் சுகபோகவாதிகளாலும், அவர்களுடைய சுகபோகவாதம் தனி மனிதனுக்கு மட்டுமல்லாமல், சமுதாயம் முழுவதற்கும் பொருந்தும். ஆகவே அவர்களைக் குறுகிய சுயநலக்காரர்களென்று கூற முடியாது. மற்றவர்களின் சுகபோக வாதத்திற்கும் எபிகுரியரின் சுகபோக வாதத்திற்கும் ஒரு முக்கிய வேற்றுமை உள்ளது. மற்றவர்கள் மறு உலகத்திலும், மறு பிறவியிலும் தனிநபர்களின் இன்பத்தை விரும்பியபோது எபிகுரியர் இந்த உலகத்திலேயே இந்தப் பிறவியிலேயே மனிதர்கள்- தனிநபர்களும் சமுதாயமும்- மகிழ்ச்சியடைய வேண்டுமென்று விரும்பினார்.

எபிகுரு (கி.மு. 341-270): கிரேக்க சுகபோக வாதத்தின் தந்தையான எபிகுரி ஸமோஸா தீவில் ஏதென்ஸிலிருந்து வந்திருந்த பெற்றோருக்குப்

பிறந்தார். தான் படித்துக் கொண்டிருந்த சமயத்தில் தெமோகிருதுவின் தத்துவமான பரமாணுவாதத்தை அவர் தெரிந்து கொண்டார். அதை அடிப்படையாகக் கொண்டு எபிகுரு தனது தத்துவ இயலை அமைத்துக் கொண்டார். தனது தத்துவ இயலைப் பரப்புவதற்காக அவர் ஏதென்ஸ் நகரில் கி.மு. 306-ல் (புத்தர் மறைந்த 225 ஆண்டுகளுக்குப் பின்னர்) தனது கல்வி நிலையத்தை நிறுவி, தான் காலமாகும் வரை (கி.மு. 270) ஆசிரியப் பணி புரிந்தார். அவருடைய வாழ்நாளிலேயே அவருக்கு நண்பர்களும், சீடர்களும் பெருமளவில் இருந்தனர்; அவர் மறைந்த பிறகோ அவர்களின் எண்ணிக்கை மிகப் பெருகிவிட்டது. அவர்களில் சிலர் சுயநலக்காரர்களாகக் கூட இருந்திருக்கக்கூடும். அவர்களைச் சுட்டிக்காட்டி மற்றவர்கள் எபிகுரியரை, இந்தியாவில் சார்வாகரை விமரிசித்ததைப் போலவே, ‘கடன்வாங்கி வீண் செலவு செய்யும் ஆடம்பரக்காரர்கள்’ என்று ஏசினர்.

“நாம் நமது புலன்களை நம்பாவிட்டால் எவ்வித அறிவையும் பெறமாட்டோம். புலன்கள் அவ்வப்போது தவறான தகவல்களைத் தந்தாலும், மீண்டும் மீண்டும் அமல்படுத்துவதின் மூலமும், மற்றவர் களின் அனுபவத்தாலும் அத்தவறுகளைத் திருத்திக் கொள்ளலாம்” என்று எபிகுரு கூறினார். இவ்விதமாக எபிகுரு நம்நாட்டுச் சார்வாகத் தத்துவத்தைப்போல் யதார்த்த அத்தாட்சியை (பிரமாணத்தை) வலியுறுத்தினார்.

ஸ்டோயிக்குகளின் உடல் (பிரம்ம) வாதம்

ஸ்டோயிக்குகளின் தத்துவ இயல் க்ஸேனோஃபேனின் (கி.மு. 570-480) உலகு - உடல் - பிரம்ம வாதத்தின் ஒரு கிளையேயாகும். இந்தியத் தத்துவ இயலின் முத்திரை பித்தோகோரின் மீது விழுந்தது என்று ஏற்கனவே கூறினோம். க்ஸேனோஃபேன் பித்தாகோரின் வழித்தோன்றலேயாவார். இதனால் ஸ்டோயிக்குகளின் உபதேசங்களில் இந்தியத் தத்துவ இயல் நிழலாடினால் வியப்படைய வேண்டிய தில்லை. கி.மு. 332-ல் அலெக்ஸாந்தர் எகிப்தில் அலெக்ஸாந்திரியா நகரை அமைத்தார். அது பிற்காலத்தில் மூன்று கண்டங்களின் வணிக நகரமாக மட்டுமல்லாமல், கலை, இலக்கியம், பண்பாடு, தத்துவம் ஆகியவற்றின் மாபெரும் மையமாகவும், கருத்துப் பரிவர்த்தனைக்கான இடமாகவும் விளங்கியது. அலெக்சாந்திரியா நகரம் ஸ்டோயிக்கு களின் ஒரு கேந்திரமாக விளங்கியதால், கிழக்கிந்தியக் கருத்துக்களை அறிந்து கொள்ளும் நல்வாய்ப்பினை அது அவர்களுக்கு வழங்கிற்று.

அரிஸ்டாட்டில் ‘துவைத’ (பன்மை) வாதியாவார். அவர் எண்ணங்களையும், பஞ்ச பூதங்களையும் அனாதியானவையென்று

கருதினார். அவரைப் பொறுத்தவரை கடவுள் திறனான காரணமே யாவார். ஸ்டோயிக்குகள் துவைத வாதத்தில் மாறுதல் செய்தனர். அவர்கள் ராமானுஜரின் தத்துவத்தைப் போன்றே, பிரம்மம் (கடவுள்) வேறுபாடில்லாத, காரியமாக மாறும் காரணமாவாரென்று கருதினர். அதாவது பிரம்மமும் உலகமும் இரண்டல்ல; உலகம் கடவுளின் ஒரு உயிருள்ள உடலாகும். கடவுள் உலகத்தின் ஆன்மா ஆவார். வாழ்வின் எல்லா விதைகளும் அவருள் அடங்கியுள்ளன. அவருள்ளேயே சிருஷ்டியின் எல்லாச் சக்தியும் நிறைந்திருக்கிறது.

ஜெனோ (கி.மு. 336-264) கி.மு. 490-30ல் வாழ்ந்திருந்த எலியாவைச் சேர்ந்த ஜெனோவுக்கு 106 ஆண்டுகளுக்குப் பின்னர் சைப்ரஸில் ஸ்டோயிக் பிரிவின் ஆசாரியரான இரண்டாம் ஜெனோ பிறந்தார். சைப்ரஸ் ஐரோப்பியாவைவிட ஆசியாவுக்கு அருகில் இருக்கிறது. அதைப்போலவே ஜெனோவின் ஸ்டோயிக் தத்துவம் ஆசியாவுக்கு நெருக்கமாக இருக்கிறது. ஜெனோவுக்குப் பிறகு ஸ்டோயிக் தத்துவாசிரியராக கிளியந்த் (கி.மு. 264- 232) இருந்தார். இந்த ஃபினிஸியா வணிகர் அசோகரின் சமகாலத்தவராவார்.

ஸ்டோயிக்குகள் தர்க்கத்தின் பெரும் ஆதரவாளர்கள். "தத்துவ இயல் ஒரு பயிரைப் போன்றதாகும். அதைப் பாதுகாக்கும் முள் வேலி போன்றதாகும் தர்க்கம். பவுதீக இயல் பயிரின் மண்ணைப் போன்றது. நடைமுறை இயல் விளைச்சலைப் போன்றதாகும்" என்று ஸ்டோயிக்குகள் கூறினர்.

நமது அனைத்து அறிவின் அடிப்படை, புலன்கள்தான் என்பதில் ஸ்டோயிக்குகளும், எபிகுரியர்களும் ஒன்றுபட்டிருக்கின்றனர். நமது அறிவு நமது கண்ணெதிரிலிருந்து வருகிறது அல்லது அதிலிருந்து கிடைக்கும் பொதுக் கருத்திலிருந்து வருகிறது. எந்த விஷயத்தையும் அதைப் பொருள்கள் பலப்படுத்தும்போது தான் உண்மை என்று ஒப்புக்கொள்ள வேண்டும். விஞ்ஞானம் (கல்வி) சரியான முடிவுகள் செய்யக்கூடிய ஒரு கட்டுக்கோப்பான அறிவாகும்; அது ஒரு சித்தாந்தத்தை மற்ற சித்தாந்தத்துடன் நிரூபிக்கப்படுவதை அவசியமாக்குகிறது.

ஸ்டோயிக்குகள் செயலாற்றும் பொருளையே உண்மைப் பொருளென்று கருதுகின்றனர். செயலில்லாத விஷயத்தை அவர்கள் ஒப்புக் கொள்வதே இல்லை. இதனாலேயே அவர்கள் தூய ஆத்மாவை (கடவுளை) அரிஸ்டாட்டில் போல் செயலற்றவர் என்று ஒப்புக்

கொள்வதில்லை. கடவுளும், உலகமும், உடலும், உடல் சம்பந்தப் பட்டதைப் போல் பிரிக்க முடியாததவையாக இருக்கும்போது, உடலின் (உலகின்) செயலும் உடல் சம்பந்தப்பட்டதின் (கடவுளின்) செயலேயாகும். லோகாயத விஷயங்களில்லாமல் சக்தி இல்லை. சக்தியில்லாமல் லோகாயத விஷயங்களில்லை. இதனாலேயே லோகாயத விஷயங்கள் எங்கும் சக்தி (கடவுள்) நிறைந்தவையென்று ஒப்புக் கொள்ள வேண்டும். இக்கருத்து உபநிஷத்தின் 'அந்தர்யாமி' வாதம் போலுள்ளது. ஸ்டோயிக்குகளின் இந்த உறுப்புகள்- உறுப்புகளுடையவன் என்னும் சித்தாந்தம் நம் நாட்டின் வேதாந்த சூத்திரங்களிலும், ராமானுஜ பாஷ்யத்திலும் கூடக் காணப்படுகிறது. இதன் பொருள் உடல்- உடலுடையவன் என்ற கருத்து உபநிஷத்தில் இல்லை என்பதல்ல. அந்தக் கருத்து அங்கே இருந்தாலும், ஸ்டோயிக்குகள் அதைத் தர்க்கத்திற்குகந்ததாக ஆக்குவதற்காக அளித்த வாதங்களை இந்தியாவின் பாதராயணரும், பவுதாயனரும் பயன் படுத்திக் கொண்டார்கள் போல் தோன்றுகிறது.

அற்பத்திலும் அற்பமான பொருளும் கடவுளின் உறுப்பாகும். அவர் ஒருவரும், எல்லாருமாவார். இயற்கை, கடவுள், அதிர்ஷ்டம், எதிர்காலம் எல்லாம் ஒன்றேயாகும். இயற்கை கடவுளிடமிருந்து பிரிக்க முடியாததாகும்போது நமது வாழ்க்கைக்கும் இயற்கையே சிறந்த வழிகாட்டியாக முடியும். இதனாலேயே ஸ்டோயிக்குகள் இயற்கையான வாழ்க்கையின் ஆதரவாளராக இருந்தனர். எல்லா உயிர்களும் இயற்கை- கடவுள் ஆகியவை ஒன்றிணைந்ததன் குழந்தைகள் அல்லது உறுப்புகள் ஆவதால், ஸ்டோயிக்குகள் உலக சகோதரத்துவத்தை வலியுறுத்துபவர்களாவார். "எல்லா மனிதர்களுமே சகோதரர்கள், கடவுள் எல்லார்க்கும் தந்தை" என்றார் எபிக்தேது.

பல நூற்றாண்டுகள் வரை ஸ்டோயிக் தத்துவ இயல் வழக்கத்தில் இருந்தது. நமது நாட்டுப் பவுத்த ஆசாரியரான நாகார்ஜுனரின் சம காலத்தவரான ரோமானியப் பேரரசர் மர்க்ஸ் அவுரேலியஸ் (கி.பி. 121-180) பெரும் ஸ்டோயிக் தத்துவ அறிஞராகக் கருதப்படுகிறார். கிருத்துவ மதப் பிரச்சாரத்தின் துவக்க காலத்தில் ஸ்டோயிக்குகளின் செல்வாக்கு உயர் வர்க்கத்தில் கொடி கட்டிப் பறந்து வந்தது. அப்படியிருந்தும் தர்க்க நுணுக்கமான ஸ்டோயிக் தத்துவத்தைக் கிருத்துவத்தின் சிறுவர் கதைகள் எவ்வாறு வீழ்த்தி விட்டன? இதன் காரணம், கதைகள் மண்ணின் மைந்தர்களான சாதாரணத் தொழிலாளரிடையேயும், அடிமைகளிடையேயும் பரவி, மாபெரும்

சக்தியாக உருமாறி, அவர்களின் கரங்களையும் உள்ளங்களையும் போரிட வலுப்படுத்திக் கொண்டிருந்தன. ஆனால், அதே சமயத்தில் காற்றில் சஞ்சரித்துக் கொண்டிருந்த அரசர்கள், பணக்காரர்கள் ஆகியோரின் 'பிரம்ம தத்துவம்' ஏழைகளின் உழைப்பைச் சுரண்டிக் கொழுத்த அவர்களது உடல்களை உப்பிட்டு வளர்த்துக் கொண்டிருந்தது. கற்பனை உலகமும், யதார்த்த உலகமும் மோதும்போது இப்படிப்பட்ட முடிவையே எதிர்பார்க்க முடியும்.

சந்தேக வாதம்

"பொருள்களின் தன்மையை நம்மால் உணர முடியாது. பொருள்கள் எவ்வாறு காணப்படுகின்றன என்பதைத்தான் புலன்கள் அறிவுறுத்துகின்றனவே தவிர, உண்மையில் அவை என்னவென்பதைத் தெரிந்து கொள்ள இயலாது."

பிர்ஹோ (கி.மு. 365-270): பிர்ஹோ எலிஸில் (கிரேக்கம்) அரிஸ்டாட்டிலுக்குப் பத்தொன்பது ஆண்டுகளுக்குப் பின்னர் பிறந்தார். ஜெனோவைப் போலவே பிர்ஹோவையும் தெமோகிருதுவின் நூல்கள் தத்துவ இயலிடம் கொண்டு வந்து சேர்த்தன. அலெக்ஸாந்தர் கீழ்த்திசையில் வெற்றிப் பயணம் புரிந்தபோது, அவருடைய படையுடன் பிர்ஹோவும் இருந்தார். ஈரானில் அவர் பார்ஸி மதாசாரியார்களிடம் கல்வி கற்றார். இந்தியாவிலும் அவர் பல வருடங்கள் தங்கியிருந்தார். அக்காலத்தில் இங்கே கிரேக்க எழுத்தாளர் குறிப்பிடும் 'கிம்னோ ஸோஃபி' என்னும் தத்துவப் பிரிவு பரவியிருந்தது. பிர்ஹோ அத்தத்துவத்தை நன்கு படித்தார். 'கிம்னோ' 'ஜின்' என்னும் சொல்லை ஒத்திருக்கிறது. பவுத்தர்களும், சமணர்களும் தமது மத நிறுவகரை 'ஜின்' (வெற்றிகொண்டவர்) என்று குறிப்பிடு கின்றனர். ஆனால் பிர்ஹோவின் கருத்துக்களைக் கவனிக்கும் போது, அவை பவுத்த சித்தாந்தங்களின் ஒருதலைப்பட்ச வளர்ச்சியாகத் தெரிகின்றன. அப்படிப்பட்ட கருத்தோட்டத்தை நாம் கி.பி. இரண்டாம் நூற்றாண்டின் நாகார்ஜுனரில் காணலாம். நாகார்ஜுனரின் 'சூனிய வாதம்' பழைய வைபுல்யவாதிகளின் தத்துவத்திலிருந்து மலர்ந்த தாகும். இவர்கள் அசோகர் காலத்திலும் இருந்ததாகத் தெரிகிறது. அசோகர் பிர்ஹோவின் மறைவுக்கு (கி.மு. 270) ஓராண்டுக்குப் பின்னர் அரசரானார். ஆகவே பிர்ஹோ இந்தியாவிற்கு வந்த காலத்தில் இங்கே வைபுல்யவாதிகள் நிறைந்திருந்தனர். இந்தியாவிலிருந்து அவர் எலிஸுக்குத் திரும்பிப் போய்விட்டார். "பொருட்களின் தன்மையை நம்மால் அறிய இயலாது. எப்படிப்பட்ட சித்தாந்தம் முன்வைக்கப்

பட்டாலும், அதே அளவு வலுவான, அதற்கு எதிரான சித்தாந்தத்தையும் எடுத்துக் கூறலாம். அதனால் நாம் நமது கடைசி அறிவார்ந்த முடிவைச் சொல்லாமல் இருப்பதே நல்லதாகும். வாழ்க்கையையும் இதே நிலையில் வைத்திருப்பது நல்லதாகும்" என்பது பிர்ஹோவின் கருத்தாகும். நாகார்ஜுனரிலும்கூட நாம் இதன் சாயலைக் காணலாம். ஆனால் நாகார்ஜுனர் பிர்ஹோவுக்குக் கடமைப்பட்டுள்ளார் என்று எண்ணாமல், இருவரும் 'வைபுல்ய வாதம்' 'ஹேது வாதம்', 'உத்தரபாதக் வாதம்' ஆகியவற்றிலிருந்து உத்வேகம் பெற்றனர் என்று கூறுவது சரியானதாக இருக்கும்.

பிர்ஹோ ஞானம் பெறுவது அசாத்தியம் என்று நிரூபிக்கக் கீழ்க்கண்டவாறு கூறுகிறார்: "எந்த விஷயத்தையாவது சரியானதென்று நிரூபிக்க அதையே அத்தாட்சியாகக் கொள்ள வேண்டும். இது தர்க்கத்திற்குரியதல்ல. அல்லது வேறு விஷயத்தை அத்தாட்சியாகக் கொள்ள வேண்டும்." நாகார்ஜுனரும் "விக்ரஹ வியாவர்த்தனி" என்னும் நூலில் அத்தாட்சியின் தகுதியைக் கண்டித்திருக்கிறார்.

கடவுளுக்குக் கண்டனம்: பிர்ஹோவின் சீடர்கள் ஸ்டோயிக்குகளின் பிரம்ம வாதத்தை (கடவுளை)க் கண்டித்தனர். "உலகம் படைக்கப்பட்டதில் ஒரு குறிப்பிட்ட பயன் தெரிகிறது. ஏதாவதொரு உயிர்ச்சக்தி அந்த நோக்கத்தைத் தன் முன்னால் வைத்து உலகத்தைப் படைக்கும் போதுதான், அந்தப் பயனே தோன்றுகிறது. இவ்விதம் பயன் என்னும் தத்துவமே கடவுள் இருக்கிறாரென்பதை நிரூபிக்கிறது" என்று ஸ்டோயிக்குகள் சொல்லிக் கொண்டிருந்தனர். "உலகத்தில் எவ்விதமான பயனும் தென்படவில்லை. இங்கே அறிவு பூர்வமானதெதுவும் இல்லை. நல்லதோ, அழகானதோ எதுவுமில்லை. அறிவு பூர்வமானது இருந்தால், தவறுகள் புரிந்து- ஆயிரக்கணக்கான அமைப்புகளை அழித்து, புதிய உருவங்களின் தற்காலிக அமைப்பு வரவேண்டிய அவசியமில்லை. நிரந்தரம் கனவுலகில் சஞ்சரிப்பவர்களே உலகம் நன்றாகவும், அழகாகவும் இருக்கிறதென்று கூறுவர். உலகத்தில் இவையில்லாவிட்டாலும், அதனால் கடவுளுக்குப் பதில் இயற்கை இருப்பதே நிரூபணமாகிறது. ஸ்டோயிக்குகள் (வேதாந்திகள் கூட) கடவுளை உலகாத்மாவாக ஒப்புக் கொள்கின்றனர்" என்று சந்தேகவாதிகள் வாதிட்டனர்.

பிர்ஹோவின் சீடர்கள் அளித்த பதிலாவது: "இதன் பொருள் கடவுள் உணர்வை அனுபவிக்கிறார் என்பதுதான். உணர்வையும்

அனுபவத்தையும் அடைபவர் மாறுதலுக்குட்பட்டவரேயாவார். மாறுதல் அடைபவர் எப்பொழுதுமே ஒரே மாதிரியாக இருக்க முடியாது. கடவுள் மாறுதலில்லாமல் ஒரே மாதிரியாக இருப்பின் அவர் ஒரு கடினமான, உயிரற்ற பொருளாவார். உலகாத்மாவை (கடவுளை) உடலுடையவரென்று ஒப்புக் கொண்டால், மனிதர்களைப் போலவே அவரும் மாறுதலுடையவர், அழிவுடையவரென்று ஒப்புக் கொள்ள வேண்டும். அவர் நல்லவர் (சிவம்) என்றால், நன்னடத்தை என்னும் தேர்வுக்குள்ளாகிறார். அவர் நல்லவர் அல்லவ ரென்றால், மோசமானவராகவும், மனிதரைக் காட்டிலும் தாழ்ந்த வராகிவிடுகிறார்: ஆகவே கடவுள் என்னும் கருத்து ஒன்றுக்கொன்று மாறுபட்ட எண்ணங்களால் நிரம்பிக்கிடக்கிறது. நமது அறிவு அவரை உணர இயலாது. ஆகவே அவரைப் பற்றிய ஞானமும் பெற முடியாது."

சந்தேக வாதத்திலும் சிறந்த தத்துவாளர்கள் தோன்றிக் கொண்டிருந்தனர். ஆனால் அவர்கள் அனைவருமே ஸ்டோயிக்கு களைப் போலக் கற்பனை உலகத்தில் சிறகடித்துப் பறந்தவர்களே! இவர்கள் பெரும்பாலும் ஆக்கப்பணி புரியாமல் அழிவு வேலையே செய்தனர். அதனால் கிருத்துவமதம் ஸ்டோயிக்குகளுடன் கூடவே, இந்த வாய்ச்சொல் வேதாந்திகளையும் ஒழித்து விட்டது.

புதிய பிளாட்டோ தத்துவ இயல்

மேற்கத்திய நாடுகளில் தத்துவ இயல் தனது கடைசி நாட்களில் 'புதிய பிளாட்டோ தத்துவ இயலை'ச் சந்தித்தது. இது மேற்கத்தியத் தத்துவம், கிழக்கத்திய யோகம், ரகசியவாதம், ஆன்மீக இயலின் விசித்திரமான கலவையாகும். இது கிரேக்க- ரோமானிய நாகரிகங் களின் முதுமையையும், வீழ்ச்சியையும் சுட்டிக் காட்டுகிறது. பிளாட்டோவின் பகுத்தறிவு வாதம் மதத்திற்கும், ஆன்மீக இயலுக்கும் மிக நெருங்கி இருந்ததை ஏற்கனவே பார்த்தோம்.

கி.மு. முதல் நூற்றாண்டில் ரோமானியப் பேரரசின் இரண்டு பெரும் நகரங்கள் இருந்தன. ஒன்று தலைநகரான பிஜந்தியம் அல்லது இன்றைய இஸ்தான்புல் (கான்ஸ்டாண்டி நோபிள்), மற்றொன்று எகிப்தின் அலெக்ஸாந்திரியா. இரண்டு நகரங்களும் மேற்குக்கும், கிழக்குக்கும் வணிகத்தில் மட்டுமல்லாமல், மதம், தத்துவம், கலை, இலக்கியம் எல்லாவற்றிலும் பரிவர்த்தனை இடங்களாக விளங்கின. பிஜந்தியம் ஐரோப்பாவின் மண்ணில் இருந்தாலும், அதன்மேல் மேற்கத்திய சாயலைவிடக் கிழக்கத்தியச் சாயலே அதிகமாக இருந்தது.

அலெக்ஸாந்திரியா நகரம் வாணிபக் கேந்திரமாக மட்டுமல்லாமல், கல்வியைப் பொறுத்தவரை மேற்கத்திய நாளந்தாப் பல்கலைக் கழகமாகத் திகழ்ந்தது. கி.மு. முதல் நூற்றாண்டில் இலங்கையின் ரத்தின மால்யமடம் அலெக்ஸாந்திரியாவைச் சேர்ந்த பவுத்தத் துறவி தர்மரட்சிதர் வருகை புரிந்ததாகத் தெரிகிறது. கி.மு. மூன்றாம் நூற்றாண்டில் அசோகரால் அயல்நாடுகளுக்கும், கிரேக்கத்திற்கும் மதப் பிரசாரத்துக்காக அனுப்பப்பட்ட பவுத்த பிட்சுக்கள் அலெக்ஸாந்திரியா நகரிலும் தமது மடங்களை நிறுவினார்களென்று இதிலிருந்து தெரிய வருகிறது. வாணிபத்தின் பின்னால் மதம் வருகிறதென்பது அந்தக் காலத்திலும் உண்மையானதாகவே இருந்தது. வெளிநாடுகளில் குடியேறிய இந்திய வணிகர்கள் மூலம், அங்கே மதப் பிரசாரத்திற்காகச் சென்ற துறவிகளுக்கு அந்த நாடுகளின் கருத்துக்களையும், சமுதாய நிலைமைகளையும் அறியும் நல்வாய்ப்பு கிட்டியது. அவ்வியாபாரிகள் இத்துறவிகளுக்குத் தமது மடங்களை அமைத்துக் கொள்வதற்கும், வாழ்க்கையை ஓட்டவும் உதவி செய்தனர். கிரேக்கத்தின் தேசிய வீழ்ச்சியும், விரக்தியும் கலந்த சமயத்தில் கிழக்கத்தியத் துறவிகளின் தவமும், யோகிகளின் யோகமும், உலகத்தின் சாரமற்ற தன்மையும், மறுஉலக தத்துவமும் மக்களைக் கவர்ந்திழுத்ததில் வியப்பில்லை. இதன் விளைவாக ஆயிரக்கணக்கான கிரேக்கர்களும், ரோமானியரும், படித்தவர்களும், பண்பாடுடையவர்களும், 'சத்தியத்தையும், மோட்சத் தையும்' அடையும் எண்ணத்துடன் அலெக்ஸாந்திரியா நகரிலிருந்து பாலைவனத்தில் பயணம் செய்வதைப் பார்க்கிறோம். அங்கே அவர்கள் ஏழ்மையிலும், உண்ணா நோன்பிலும், யோகத்திலும், பஜனையிலும் தம் வாழ்நாட்களைக் கழிக்கிறார்கள். உலகத்தைத் துறந்தோடும் இக்கூட்டத்தில் படைவீரர்கள், வணிகர்கள், தத்துவாளர்கள், சான்றோர்கள் ஆகிய அனைவரும் இருந்தனர். அலெக்ஸாந்திரியாவில் பிளாட்டோ, அரிஸ்டாட்டில் ஆகியோரின் யதார்த்த தத்துவ இயலைக் கற்றுத் தந்து கொண்டிருந்தாலும், உலகத்திடமிருந்து வெறுப் படைந்தவர்களுக்கும், துயரத்திலிருந்து மீள்வதற்கு வழியே தென்படாதவர்களுக்கும், பிளாட்டோவின் 'எண்ண முதல் வாதமே' மிகவும் பிடித்திருந்தது.

அந்தக் காலத்தில் இந்தியப் பண்பாட்டுடனும், ஈரானியப் பண்பாட்டுடனும் மேற்கத்திய நாடுகளுக்குத் தொடர்பிருந்தது. அதிலும் ஈரான் அண்டை நாடாக இருந்ததால், அதனுடன் இன்னும் நெருக்கமான தொடர்பிருந்தது. தத்துவத் துறையில் ஈரான்

எப்பொழுதுமே இந்தியாவுக்குப் பின்னடைந்திருந்தது. பித்தாகோர் (கி.மு. 570-500) அலெக்ஸாந்தர் (கி.மு. 356-23) காலத்திலிருந்தே இந்தியா தனது செல்வத்திற்காக மட்டுமல்லாமல் தத்துவாளர்களுக்காகவும், யோகிகளுக்காகவும் கூடப் புகழ் பெற்றிருந்தது. இதனாலேயே கிரேக்கத் தத்துவ இயலைப் புதிய பிளாட்டோ தத்துவ இயலாக மாற்றிய புகழ் இந்தியாவுக்குக் கிடைத்தது. எந்த நாடு அங்கேயுள்ள சமுதாயத் தலைவர்களை அதிருப்தியாளர்களாக்கி விடுகிறதோ, அங்கே விரக்தி தத்துவமும், ரகசியவாதமும், வேதனைத் தத்துவமும், மறு உலக வாதமும் தோன்றுகின்றன. அப்படிப்பட்ட நாட்டில் தொடர்ந்த போர்களும், அரசியல் புரட்சிகளும் அவைகளால் ஏற்படும் பஞ்சமும், கொள்ளை நோய்களும் வாழ்க்கையை கசப்பாக்கி விடுகின்றன அல்லது சமுதாயத்திற்குள்ளேயே அடங்கியிருக்கும் ஏற்றத் தாழ்வுகள், அழுக்குகள், ஆடம்பரங்கள் போன்றவை அதிருப்தியாளர்களாக்கி விடுகின்றன. கி.மு. ஏழாம் நூற்றாண்டிலும் ஆறாம் நூற்றாண்டிலும் இந்தியாவில் உபநிஷத்துக்களின் விரக்தி தத்துவமும், ரகசியவாதமும் இதுபோன்ற சூழ்நிலையில் தோன்றியவையேயாகும். இந்தியா தனது சமுதாயத்தை மாற்றுவதற்குப் பதிலாக இப்படிப்பட்ட கருத்துக்களை நிலைநிறுத்தி, சமுதாயம் மாறாத ஸ்திரத்தன்மையை ஏற்படுத்திற்று. பிற்காலத்தில் தோன்றிய பவுத்த, சமணத் தத்துவ இயல்களும், மற்ற தத்துவ இயல்களும் இந்த விரக்தி தத்துவம், ரகசியவாதம் போன்றவை களின் மறு பதிப்புகளே; இந்தியாவில் சமுதாய வளர்ச்சி நின்று விட்டாலும் அறிவு வளர்ச்சி ஓரளவுக்குத் தொடர்ந்து ஏற்பட்டுக் கொண்டே இருந்தது. இதனால் விரக்தி தத்துவத்திற்கும், ரகசிய வாதத்திற்கும் புதிய உருவம் தர வேண்டிய அவசியம் ஏற்பட்டது. பாரதம் சமுதாயத்துக்குப் புதிய உருவம் அளிக்கும் எண்ணத்துடன் தலையைப் போட்டு உடைத்துக் கொள்ளவில்லை. இதனால் நூற்றாண்டுகள் சென்று கொண்டே இருந்தன. வளர்ந்து கொண்டிருக்கும் கடனை அடைப்பதற்குப் பதிலாகத் தள்ளிப் போட்டுக் கொண்டே போவதால், கடன் பளு அதிகமாகி விடுவதைப்போல், அதிகமாகி நிரம்பி வழிந்த அழுக்குகளையும் கழுவிக் களைவது மிகக் கடினமானதாகி விட்டது. இப்படிப்பட்ட மோசமான சூழ்நிலையில் பூனையின் முன்னால் புறா கண்களை மூடிக் கொள்வதைப் போலவும், நெருப்புக்கோழி மணலில் தலையைப் புதைத்துக் கொள்வதைப் போலவும் மனிதர்களும் நடந்து கொள்ள விரும்புகிறார்கள். இந்திய நாடு விரக்தி தத்துவத்தையும், ரகசிய வாதத்தையும் ஏற்றுக் கொண்டு

உபநிஷத்துக்கள், பவுத்தம், சமணம், யோகம், வேதாந்தம், சைவம், பாஞ்ச ராத்ரம், மகாயானம், தந்திர யானம், பக்தி வழி, உருவமற்ற வழிபாடு, கபீர் வழி, நானக் வழி, சகி சமாஜம், பிரம்ம சமாஜம், பிரார்த்தனா சமாஜம், ஆரிய சமாஜம், ராதா வல்லபப் பிரிவு, ராதா ஸ்வாமி போன்ற புதிய புதிய பிரிவுகளை உருவாக்கி அந்தப் பூனை-புறா - நெருப்புக் கோழி நடைமுறையையே பின்பற்றிற்று.

இந்தியாவைப் போன்ற சூழ்நிலைக்கு மற்ற நாடுகளும் சமுதாயங்களும் வந்தால், அங்கேயும் இந்த வழியே பயன்படுகிறது. இன்று ஐரோப்பாவிலும், அமெரிக்காவிலும் பவுத்தம், வேதாந்தம், பிரம்ம ஞானம், யோகம், தியானம் ஆகியவற்றின் கோலாகலமும் அதே நெருப்புக் கோழியின் மன நிலையேயாகும். சமுதாயத்தை மாற்றுவதற்குப் பதில் உலகைவிட்டு ஓடிச் செல்வதாகும்.

கி.மு. முதல் நூற்றாண்டின் கிரேக்க- ரோமானியத் தலைவர் ஆட்சியாளர் சமுதாயம் ஆடம்பரச் சுக போகங்களில் முழுவதுமாக மூழ்கியிருந்தது. சமுதாய ஏற்றத் தாழ்வுகளாலும், அழுக்குகளாலும் நம்பிக்கை தரும் எதிர்காலமில்லாமல் தத்தளித்துக் கொண்டிருந்தது. அந்தச் சமுதாயமும் இம்மோசமான நிலைமையிலிருந்து விடுபட விரும்பியது. அதற்காகச் சுதேசி மருந்தான பிளாட்டோவின் தத்துவம் போதுமானதாக இருக்கவில்லை. அதைக் காட்டிலும் கடுமையான மருந்து தேவைப்பட்டது. ஆகவே அவர்கள் இந்திய ரகசியவாதத்தையும், விரக்தி தத்துவத்தையும் பிளாட்டோவின் தத்துவ இயலில் இணைத்து விட்டனர். "புலன்களுக்குத் தெரியும் உலகமெல்லாம் மாயை, பிரமை, வானவில்லாகும். மன உலகம் மட்டுமே உண்மையானது. மனிதன் தனது வாழ்க்கையிலிருந்து வேறுபடும் போதுதான் உண்மையும், மன அமைதியும் கிடைக்கும். நீண்ட காலம்வரை கட்டுப்பாடுகளுடனும், விதி முறைகளுக்குட்பட்டும் வாழ்க்கை நடத்தினால், இப்பிறவி சம்பந்தப்பட்டவை மட்டுமல்லாமல் பல பிறவிகளின் விவரிக்க இயலாத, அறிய முடியாத, ரகசிய உலகத்தை அறியும்போது உள்ளத்தின் ஐயங்கள் அனைத்தும் அழிந்து விடுகின்றன. லட்சக்கணக்கான பிறவிகளின் குறைகள் ஒழிந்து விடுகின்றன."

புதிய பிளாட்டோ தத்துவ மேதைகளில் அலெக்ஸாந்திரியாவைச் சேர்ந்த ஃபிலோ யூதியோ (கி.மு. 205-50) மிகவும் முக்கியமானவர். அவர் பிளாட்டோ, இந்தியத் தத்துவ இயல்களுடன் யூதர் உபதேசங்களையும் இணைக்க விரும்பினார். இதற்காக அவர், யூத தேவ யூதர்களைக்

கடவுளுக்கும், மனிதர்களுக்குமிடையே தொடர்பை ஏற்படுத்தும் பிளாட்டோவின் ஆன்மீக வாத உருவங்களென்று குறிப்பிட்டார்.

ஆனால், அவருடைய பணி முழுமையடையவில்லை. அதனால் ப்லோதினு (205-72) இப்பணியைத் தனது கைகளில் எடுத்துக் கொண்டார். அழிந்து கொண்டிருக்கும் அழகிய மாளிகையில் கோபுரங்கள், மேல்தளங்கள், சுவர்கள் ஆகியவற்றிலிருந்து ஒவ்வொரு செங்கல்லாக உதிருவதைப் போல், வீழ்ச்சியடைந்து கொண்டிருக்கும் பண்பாட்டின் நிலைமையும் இருக்கும். கி.பி. மூன்றாம் நூற்றாண்டின் ஆரம்பத்தில் ரோமானியப் பண்பாட்டின் நிலைமை இப்படியே இருந்தது. ப்லோதினு அதன் சின்னமாவார். அவரும், அவரைப் போன்ற மற்ற சிந்தனையாளரும் வாழ்க்கையின் யதார்த்தத்தை எதிர்கொள்ளத் துணிவின்றி இருந்தனர். அப்படிப்பட்டவர்கள் உலகத்தின் அமைப்பையெல்லாம், சமுதாயத்தின் அழுக்கை எல்லாம் புரிந்து கொள்ளக்கூடிய பேரறிவு படைத்தவர்கள்தான். ஆனால் அறியாமை, கோழைத்தனம், தம்முடைய மேல்தட்டு வர்க்கத்தின் சுயநலம் ஆகியவைகளால் அச்சமுதாய அமைப்பை மாற்றுவதற்குத் துணை புரிவதில்லை. அதற்குப்பதிலாக இவர்களுக்குப் பெரு முயற்சியால் பிளாட்டோ நிர்மாணித்த ‘எண்ண உலகம்’ மகத்தான தாகத் தென்படுகிறது: புதிய பிளாட்டோவின் தத்துவம் கூறுவதாவது: “எல்லாப் பொருட்களும் ஒரு அறிய இயலாத பரம சக்தியிலிருந்து, புராதன ஞானத்திலிருந்து தோன்றியிருக்கின்றன. கடவுளுடன் அவற்றின் தொடர்புப் பொருள் என்ற முறையில் அல்லாமல் கற்பனை முறையில் இருக்கிறது. இந்தக் கற்பனை செய்வதே பரம சக்தியின் அடையாளமாகும். பரம சக்தியின் குறிப்பிட்ட குணத்தைப் புரிந்து கொள்ளக்கூடிய புலனோ, சாதனமோ எதுவுமில்லை. இப்பரம சக்தியிலிருந்து ஒரு ஆத்மா பிறக்கிறது. அதையே ‘கடவுள்’ என்கிறோம். அவரே உலகத்தைப் படைத்தவரும்கூட. சங்கரரின் வேதாந்தத்திலும் கூடக் கடவுளை (பரமாத்மாவைப்) பரம தத்துவமென்று குறிப்பிடு கின்றனர். இந்தக் கடவுள் அல்லது ‘திவ்ய விஞ்ஞானம்’ தியானத்தில் மூழ்கி, தனது உடலிலிருந்து உலகாத்மாவை ஈன்றெடுக்கிறது. அதுவே உலகத்தின் எண்ணற்ற ஜீவன்களின் ஆத்மாவும்கூட. இப்பொழுது உலகம் படைத்தாகி விட்டது. ஆனால் திவ்ய விஞ்ஞானத்தின் பணி இத்துடன் முடிந்து விடவில்லை. அது தொடர்ந்து ஆத்மாக்களைத் தோற்றுவித்துக் கண்களுக்குத் தெரியும் இவ்வுலகத்துள் அனுப்பிக் கொண்டே இருக்கிறது. தமது உலகக் கடமைகளை நிறைவேற்றி

விட்ட ஆத்மாக்களை அது மீண்டும் தன்னிடம் திருப்பியழைத்துக் கொண்டே இருக்கிறது."

பிளாட்டோ ஆராய்ச்சி அல்லது அனுபவத்தைக்காட்டிலும் அறிவை முக்கியமென்று எண்ணினார். ஆனால் புதிய பிளாட்டோ தத்துவாளர்கள் மோன நிலையையும், ஆத்மானுபவத்தையும் அறிவைவிடச் சிறந்தவை என்றனர். "அந்தச் சர்வ வல்லமை படைத்த பரம தத்துவத்தை அறிவினால் அறிய இயலாது. அதற்குப் பதில் சிந்தனை அல்லாமல் அறிவைக் கடந்துதான் அதைத் தெரிந்து கொள்ள முடியும்" என்று ப்லோதினு கூறினார்.

இந்த ரகசியவாதம் கிருத்துவ மதத்தை, குறிப்பாகக் கிருத்துவத் துறவியான அகஸ்டினை (கி.பி. 354- 430) வெகுவாகக் கவர்ந்தது. இன்றும் கிழக்கத்திய கிருத்துவ மதத்தின்மேல் (ஸ்லாவ் நாடுகளில்) இந்தியப் புதிய பிளாட்டோ தத்துவத்தின் செல்வாக்கு நிறைய இருக்கிறது. அங்கு யோகமும், ஞானமும் வைராக்கியமும் நிறைந்திருக் கின்றன. மேற்கத்திய ரோமன் கத்தோலிக்க மதத்தைத் தூய தாமஸ் அக்வினா (கி.பி. 1225-74) யதார்த்த உலகிற்குக் கொண்டு வர சற்று முயற்சி செய்தார். ஆனால் ரகசிய வாதத்திலிருந்து மதம் எவ்வாறு விடுபட முடியும்?

கி.மு. 47ல் ரோமானியர் அலெக்ஸாந்திரியாவைக் கைப்பற்றினார். அதன் பின்னர் அந்நகரத்தின் முக்கியத்துவம் குறையத் தொடங்கிற்று. பொதுவாக ரோமானியருக்குத் தத்துவ இயலில் விருப்பமில்லை யென்றாலும் கிரேக்கத்தத்துவ இயலைக் கற்பதிலும், கற்பிப்பதிலும் உதவி புரிந்தனர். இவ்விஷயத்தில் ஸிஸரோ (கி.மு. 106-43) குறிப்பிடத் தக்கவர். இவரது நூல்கள் பிற்காலத்திலும் கிரேக்கத்தத்துவ இயலுக்குப் புத்துயிர் ஊட்டியிருக்கின்றன. லுக்ரேஷியா (கி.மு. 98-55) தெமோகிருதுவின் பரமாணுவாதத்தை நமக்கருகில் கொண்டு வந்தார். கிரேக்கத் தத்துவ இயலின் இறுதி எழுத்தாளர் போய்தேவு (கி.பி. 480-524) என்பவராவார். இவர் பவுத்தத் தத்துவாசிரியர்களான திக்நாகர் (கி.பி. 450) தர்மகீர்த்தி (கி.பி. 600) ஆகியோருக்கு இடைப்பட்ட காலத்தில் பிறந்தார். இவர் "தத்துவ இயல் திருப்தி" என்னும் நூல் இயற்றினார். இந்நூல் பல காலம் அறிமுக நூலாகத் திகழ்ந்தது.

கிருத்துவ மதத்தின் மீது புதிய பிளாட்டோ தத்துவ இயலின் செல்வாக்கு படர்ந்தாலும், துவக்கத்திலும் கிருத்துவ மதப் பிரசாரகர்கள் தத்துவ இயலை வெறுப்புடன் பார்த்தனர். அவர்கள் ஏசுவின்

எளிமையான, புனிதமான வாழ்க்கையையும், அவர் ஏழைகள்பால் காட்டிய அன்பையும் கதைகளாகச் சொல்லி, சாதாரண மக்களைக் கவர்ந்து கொண்டிருந்தனர், அவர்கள் ஞானம், தனிநபர் முயற்சியைக் காட்டிலும் நம்பிக்கையையும், தியாகத்தையும் வலியுறுத்தி வந்தனர். பழங்காலக் கிருத்துவ மதத் தலைவர்கள் தத்துவ இயலை அபாயகரமான தென்று எண்ணினர். கி.பி. 390-ல் தலைமைப் பாதிரியார் தேவஃபில், மத விரோத நூல்கள் இருக்கின்றன என்ற குற்றம்சாட்டி, அலெக்ஸாந்திரியாவிலிருந்த எல்லா நூல் நிலையங்களையும் தீக்கு இரையாகச் செய்தார். கி.பி. 415-ல் அலெக்ஸாந்திரியாவின் ஜோதிடர் தியோனின் மகளையும், பெண் கணித மேதையான ஷிபாஷியாவையும் கிருத்துவ மத வெறியர்கள் படுகொலை செய்துவிட்டனர். இப்படிப் பட்ட எத்தனையோ அரக்கத்தனமான படுகொலைகள் புரிந்தும் கிருத்துவ மத வெறியர்களுக்குத் திருப்தி ஏற்படவில்லை. கடைசியாக கி.பி. 529-ல் நம் நாட்டில் பாவ்யர், சந்திரகீர்த்தி, பிரஷஸ்தபாத உத்யோத்கர் போன்ற தத்துவாளர்களும், வராகமிகிரர், பிரம்ம குப்தர் போன்ற ஜோதிடர்களும், சுதந்திரச் சிந்தனையில் ஈடுபட்டிருந்த காலத்தில், கிருத்துவ அரசனான ஜஸ்டினின் தனது அரச கட்டளையால் எல்லா தத்துவ இயல் கல்வி நிலையங்களையும் இழுத்து மூடிவிட்டார். அப்பொழுதிலிருந்து எழுநூறு ஆண்டுகள் வரை ஐரோப்பாவில் இருண்ட காலம் தொடர்ந்தது. அந்த நீண்ட காலத்தில் ஐரோப்பா தத்துவ இயலையே மறந்துவிட்டது.

அகஸ்டின் (கி.பி. 353-430)

ஆரம்ப காலத்தில் கிரேக்கத் தத்துவ இயல்பால் கிருத்துவ மதம் எவ்வாறு நடந்து கொண்டது என்பதை முன்னமேயே குறிப்பிட்டோம். ஆனால் வாளின் கூர்மையை விட அறிவின் கூர்மை வலுவானது. கி.பி. 390-ல் தலைமைப் பாதிரியார் தேவஃபில் அலெக்ஸாந்திரியாவின் நூல் நிலையங்களைத் தீயிட்டுக் கொளுத்திக் கொண்டிருந்தபோது, ஓரிலியோ அகஸ்டினுக்கு நாற்பத்தேழு வயது. அச்சமயத்தில் அவர் கிருத்துவத் துறவியாக இருந்தாலும், ஏற்கெனவே படித்த தத்துவ இயலை அவரால் மறக்க முடியவில்லை. அதனாலேயே அவர் தத்துவ இயலைக் கிருத்துவ மதத்தின் சேவையில் ஈடுபடுத்த விரும்பினார்.

அகஸ்டின் தஸ்தேரில் (வட ஆப்பிரிக்கா) கிருத்துவத் தாய்க்கும் (மோனிகா) கிருத்துவரல்லாத தந்தைக்கும் பிறந்தார். துறவியான பிறகு அவர் மூன்றாண்டுகள் வரை (384-386) மிலானில் (இத்தாலி) பாதிரியாராக இருந்தார். அவர் கிரேக்கத் தத்துவாளர்களைப்

போலவே, தர்க்கத்தால் கிருத்துவ மதத்தை ஆதரிக்க விரும்பினார். "கடவுள் உலகை பொய்மையிலிருந்து உருவாக்கவில்லை. தனது வளர்ச்சிக்காக அவர் இப்படிச் செய்ய வேண்டிய அவசியமில்லை. கடவுள் தொடர்ந்து படைத்துக் கொண்டே இருக்கிறார். அப்படிச் செய்யாவிட்டால் உலகம் நாசமாகிவிடும். உலகம் பூரணமாக கடவுளையே சார்ந்திருக்கிறது. உலகம் காலமாகவும், இடமாகவும் படைக்கப்பட்டிருக்கிறதென்று நம்மால் கூறமுடியாது. ஏனெனில் கடவுள் உலகைப் படைப்பதற்கு முன்பு காலமும், இடமும் இருந்ததில்லை. உலகைப் படைத்தபோதே அவர் காலத்தையும் இடத்தையும் கூடப் படைத்தார். எனினும் கடவுளின் படைப்பு எப்பொழுதுமே இருக்கக்கூடிய படைப்பல்ல. உலகம் தொன்மையானது; ஆனால் படைப்பு பின்னால் படைக்கப்பட்டதும், மாறுவதும், அழிவதுமாகும். கடவுள் சர்வவல்லமை படைத்தவர்; அவர் லோகாயதப் பொருள்களையும் சிருஷ்டித்தார்.

அத்தியாயம் இரண்டு

பதினேழாம் நூற்றாண்டுத் தத்துவாளர்கள்

(கருத்துச் சுதந்திர வெள்ளம்)

லியோனர்டோ டாவின்ஸி (1452-1519): *நவீன ஐரோப்பாவின் சுதந்திரச் சிந்தனையாளராகவும், கலைஞராகவும் விளங்கியவர் டாவின்ஸி. அவருடைய ஓவியங்களிலும் மட்டுமல்லாமல் கட்டுரை களிலும் புதிய உலகின் எதிரொலி இருந்தது. ஆனால் அவர் தனது நூல்களை அக்காலத்தில் வெளியிட்டு, கிருத்துவ மதத் தலைவரான போப்பின் சினத்திற்கும், மதாச்சாரியர்களின் ஆத்திரத்திற்கும் இரையாக விரும்பவில்லை. இதனால் அவரது விஞ்ஞான நூல்கள் அப்பொழுது வெளியிடப்படவில்லை.*

கி.பி. 1455-ல் அச்சு இயந்திரம் கண்டுபிடிக்கப்பட்டதால், அது பகுத்தறிவு பரவ மிகவும் துணை புரிந்தது. உண்மையில் அச்சு இயந்திரமே இல்லாதிருந்தால், அறிவும் ஞானமும் இத்தனை வேகமாகப் பரவியிராது என்பதில் ஐயமே இல்லை. போப்பும், மற்ற மதாசிரியர் களும் பெரும் உழைப்பால் எழுதப்படும் ஒன்றிரண்டு கையெழுத்துப் பிரதிகளை அழிக்க முடியுமே தவிர, அச்சு இயந்திரத்தில் தயாராகும் ஆயிரக்கணக்கான, இலட்சக்கணக்கான பிரதிகளை அழிக்க இயலாதல்லவா!

பதினைந்து, பதினாறாம் நூற்றாண்டுகளில் நமது நாட்டில் துறவிகளும், ஸூஃபிக்களும் தோன்றினர். அவர்கள் உலகின் சாரமற்ற தன்மையை- அதாவது உலகப் பிரச்சினைகளை மறக்கும் தன்மையை- மக்களிடையே பிரசாரம் செய்து கொண்டிருந்தனர். ஆனால் இதே காலத்தில் ஐரோப்பாவில் மனித அறிவை மதத்தின் பிடியிலிருந்தும், மூட நம்பிக்கைகளின் பிடியிலிருந்தும், விடுவிக்கப் பல அபாயங்களுக் கிடையேயும் முயற்சிகள் செய்யப்பட்டு வந்தன. லாரெஞ் சோவாலா (1408-57) மத வெறியர்களும் மூடநம்பிக்கைகளின் ஆதரவாளர்களுமான தத்துவாசிரியர்களைக் கடுமையாக விமரிசித்தார். “வறட்டு வாதங்களை

விட்டு, உண்மையை அறியப் பொருள்களின் அருகில் செல்!" என்றார் அவர். கொலம்பஸும் (1447-1506) வாஸ்கோடகாமாவும் (1469-1524) அமெரிக்காவிற்கும், இந்தியாவிற்கும் பாதைகளைக் கண்டுபிடித்தனர். பராஸேல்ஸஸ் (1493-1541) ஸும், ஃபான்ஹெல் மொன்டும் (1577-1644) புத்தகப் புழுக்களாக இல்லாமல், இயற்கையைக் கற்றறிய வேண்டு மென்பதை வலியுறுத்தினார்கள். அக்காலத்திய பல்கலைக்கழகங்கள் மதவெறியர் பிடியில் சிக்கியிருந்ததால், அங்கே விஞ்ஞான ஆராய்ச்சிக் காகத் தனி நிறுவனங்களை நிறுவ வேண்டியதேற்பட்டது. லெலேஸியோ (1577-1644) விஞ்ஞான ஆராய்ச்சிக்காக நேப்பிள்ஸ் நகரில் முதல் இரசாயன சாலையைத் தொடங்கினார். 1543-ல் வெஸர்லியஸ் (1515-64) விஞ்ஞானக் கண்ணோட்டத்துடன் உடற்கூறு இயலைப் பற்றி முதல் நூல் எழுதினார். அதில் கற்பனையைத் துணை கொள்ளாமல், உடலை ஆராய்ந்தே ஒவ்வொரு விஷயமும் எழுத முயற்சிக்கப்பட்டுள்ளது. இதனாலெல்லாம் மதம் கவலையில் மூழ்கிவிட்டிருந்தது. மரண பயத்திலிருந்து தன்னைப் பாதுகாத்துக் கொள்ள அது விஞ்ஞான முன்னேற்றத்தைத் தடுக்க விரும்பியது. 1533-ல் ஸர்வேதஸும் 1600-ல் க்யோர்டினோ புரோனாவும் தமது விஞ்ஞான ஆராய்ச்சிகளுக்காகத் தீயில் தள்ளப்பட்டு கொளுத்தப் பட்டனர். அதே சமயத்தில்தான் இந்தியாவில் அக்பர் சக்கரவர்த்தி, விஞ்ஞானிகளைக் கொலை செய்து கொண்டிருந்த இந்தக் கிருத்துவ மதாசாரியார்களுடன் சுமுகமாகப் பழகி, அவர்களுடன் மத சர்ச்சை புரிந்ததுமல்லாமல், ஒரு புதிய மதத்தைத் தோற்றுவித்து அதில் எல்லா மதக் கருத்துக்களையும் இணைக்கப் பெருமுயற்சி செய்து கொண்டிருந்தார்.

பதினைந்தாம் நூற்றாண்டின் கருத்துச் சுதந்திரமும், பதினாறாம் நூற்றாண்டின் நிலவியல், வானவியல் கண்டுபிடிப்புகள் கிணற்றுத் தவளை மனநிலையை ஒழிப்பதில் பெரும்பங்காற்றின. இதனால் பதினேழாம் நூற்றாண்டு ஐரோப்பாவில் சுதந்திரச் சூழ்நிலையொன்று உருவாகியது. இக்காலத்திய தத்துவாளர்களில் இரண்டு வகையினரைக் காணலாம்: (1) புலன்களால் அறியப்படுவதையும், அனுபவத்தால் (ஆராய்ச்சிகளால்) அறியப்படுபவையுமே பகுத்தறிவுக்கான அடிப்படை யாகுமென்று சிலர் கூறினார்கள். இவர்களை 'அனுபவ வாதிகள்' என்றழைத்தனர். பேகன், ஹாப்ஸ், லாக், பர்க்லே, ஹ்யூம் ஆகியோர் அனுபவவாத தத்துவ அறிஞர்களாவர். (2) இரண்டாம் குழுவைச் சேர்ந்த தத்துவ மேதைகள் பகுத்தறிவு புலன்களாலோ அனுபவத்தாலோ அறியப்படுவதல்ல, மூளையாலேயே அறியப்படுவதாகுமென்றனர். இவர்கள் 'மூளை வாதிகள்' என்று குறிப்பிடப்பட்டனர். த கார்த், ஸ்பினோஜா, லாயிப்னிட்ஸ் போன்ற தத்துவாளர்கள் இக்குழுவைச் சேர்ந்தவர்கள்.

அனுபவ வாதம்

அனுபவவாதம், அனுபவம் அல்லது ஆராய்ச்சி மட்டுமே அறிவை அடையும் சாதனமென்கிறது. ஆனால், அது ஆராய்ச்சியின் மூலம் எடுத்துக் கூறும் உண்மை வெறும் லோகாயத அல்லது ஆன்மீகத் தத்துவமாகவும், அதாவது 'அத்வைத'மாகவும் இருக்கலாம். அல்லது லோகாயத, ஆன்மீகத் தத்துவங்கள் இரண்டையும் ஏற்றுக்கொள்ளும் 'துவைத'மாகவும் இருக்கலாம். ஹாப்ஸூம், டோலண்டும் அத்வைத லோகாயதவாதிகள். ஸ்பினோஜா அத்வைத ஆன்மீகவாதி. பேகன், த கார்த், லீப்னிட்ஸ் ஆகியோர் துவைதவாதிகளாவர்.

அத்வைத லோகாயத வாதம்

1. ஹாப்ஸ் (1588-1679): தாமஸ் ஹாப்ஸ் ஆக்ஸ்போர்ட் பல்கலைக்கழகத்தில் படித்தார். பாரிஸில் அவருக்கு த கார்த்தின் நட்பு கிடைத்தது. தொழில் துறையிலும், முதலாளித்துவத்திலும் முன்னிற்கும் நாட்டிலேயே சுதந்திரச் சிந்தனையாளரும் முதலில் தோன்றுவது அவசர அவசியமாகிவிடுகிறது. ஆகவே பேகன் (1561-1626) கருத்துச் சுதந்திரத்தைப் பிரசாரம் செய்ததும், மத்திய யுகத்தின் பழமையை எதிர்த்ததும், ஹாப்ஸூம், லாக்கும் அவரது கருத்துக்களை முன்கொண்டு சென்றதும் ஏதோ திடீரென்று நிகழ்ந்தவையல்ல. பேகன் தத்துவக் கருத்துக்களில் முற்போக்கானவர். ஆனால் முற்போக்குத் தத்துவக் கருத்துக்களைக் கொண்டவர். அரசியலிலும் முற்போக்கு நிலையை மேற்கொள்ள வேண்டுமென்பதில்லை. இங்கிலாந்தில் நிலப்பிரபுத்துவத் திற்கு எதிராகக் கிராம்வெல் தலைமையில் மக்கள் புரட்சி செய்த போது, ஹாப்ஸ் புரட்சி எதிர்ப்பாளர் பக்கமிருந்தார். 1649 ஜனவரி 30-ம் நாளன்று ஷாஜகான் சமகாலத்து அரசனான சார்லஸைக் கொன்று, மக்கள் நிலப்பிரபுத்துவத்தை வெற்றி கொண்டனர். ஹாப்ஸ் போன்ற எத்தனையோ பேர் மக்களின் அவ்வெற்றியைக் கண்டு மகிழ்ச்சியடையவில்லை. 1651ம் ஆண்டு நவம்பரில் ஹாப்ஸ் பிரான்ஸூக்கு ஓடிப்போய் விட்டார். ஆனால் சென்றுவிட்ட காலம் மீண்டும் திரும்பி வராதென்னும் உண்மையை அவர் விரைவிலேயே புரிந்து கொண்டார். அதனால் அதே வருடம் அவர் இங்கிலாந்துக்குத் திரும்பி வந்து சர்வாதிகாரி ஆலிவர் கிராம்வெலுடன் (1599-1658) சமரசம் செய்துகொண்டு விட்டார்.

தத்துவ இயல் காரணங்களால் ஆகும் காரியங்களின் அறிவையும், காரியங்களால் ஆகும் காரண அறிவையும் தெரிவிக்கிறதென்று ஹாப்ஸ் கூறினார். நாம் புலனறிவால் பொருள்களின் ஞானத்தை அடையலாம்.

தத்துவ இயல் இயக்கம், செயல் ஆகியவற்றின் விஞ்ஞானமாகும். இந்த இயக்க விஞ்ஞானம் இயற்கை கருக்களுடையதாகவும் இருக்கலாம். அல்லது அரசியல் கருக்களுடையதாகவும் இருக்கலாம். மனித சுபாவம், மனோ உலகம், அரசு, இயற்கை நிகழ்ச்சிகள் ஆகியவை இந்த இயக்கத்தின் விளைவுகளே ஆகும்.

புலன்களின் உணர்ச்சியே அறிவின் தோற்றுவாயாகும். இந்த உணர்ச்சி மூளை அல்லது அதைப் போன்ற உட்பொருளின் இயக்கத்தைத் தவிர, வேறெதுவுமில்லை. மூளையில் அல்லது அதைப் போன்று தலைக்குள்ளிருக்கும் வேறொரு பொருளின் இயக்கத்தையே நாம் 'மனம்' என்று குறிப்பிடுகிறோம். எண்ணங்களும், பிரதிபிம்பங்களும் மூளை, இதயம் ஆகியவற்றின் இயக்கங்களேயாகும். அதாவது பவுதீகப் பொருள்களின் இயக்கங்களேயாகும்; பவுதீகப் பொருட்களும் இயக்கமும் அடிப்படைச் சக்திகளாகும். அவை உலகத்தின் ஒவ்வொரு பொருளையும்- உயிரற்றவைகளையும் உயிருள்ளவைகளையும்- விளக்கிக் கூறப் போதுமானவையாகும்.

ஹாப்ஸ் கடவுளை முற்றாக மறுத்துவிடவில்லை. "மனிதன் கடவுளைப் பற்றி ஒன்றுமே அறிய முடியாது" என்று சொன்னார் அவர்.

நல்லதும் கெட்டதும்- பாவமும் புண்ணியமும் ஆகியவை ஹாப்ஸ் பார்வையில் ஒன்றையொன்று சார்ந்திருப்பவையாகும். அவைகளில் எதுவொன்றும் முழுதாக நல்லதும் அல்ல; கெட்டதும் அல்ல.

ஹாப்ஸ், அரிஸ்டாட்டிலைப் போல் மனிதனைச் 'சமுதாய ஜீவனாக'க் கருதாமல், 'மனித ஓநாயாக'க் கருதினார். மனிதன் எப்பொழுதுமே பணம், பதவி, புகழ், பலம் ஆகியவைகளைப் பெறும் போட்டியில் ஈடுபட்டுக் கொண்டிருக்கிறான். அவன் எப்பொழுதுமே அதிகமாக அடைய வேண்டுமென்று, பகைமையையும் போரையும் விரும்புகிறான். அவனுடைய பாதையில் எவராவது குறுக்கிட்டால், அவர்களைக் கொல்லவும் அடிமைப்படுத்திடவும் விரட்டிடவும் முயற்சி செய்கிறான்.

2. டோலன்ட் (1670- 1721): ஹாப்ஸைப் போலவே டோலன்டும் லோகாயதவாத ஆதரவாளரும், பர்க்லேயின் ஆன்மீகவாத எதிர்ப்பாளரு மாவார். லோகாயத வாதம் இயக்கமில்லாததல்ல: அது இயக்கமுள்ள சக்தியாகும். லோகாயதவாதம் சக்தியாகும். இயக்கம், வாழ்க்கை, மனம்- இவை அனைத்துமே அந்தச் சக்தியின் செயல்களாகும். நாவின் செயல் சுவை என்பதுபோல, சிந்தனை மூளையின் செயலாகும்.

அத்வைத ஆன்மீக வாதம்

ஸ்பினோஜா (1632-77): பாருச்தே ஸ்பினோஜா ஹாலந்தில் ஒரு பணக்காரக் குடும்பத்தில் பிறந்தார். முதலில் இப்ரானி எழுதிய நூல்களைப் படித்தார். பின்னர் தத்துவாளரான த கார்த்தாவின் நூல்களைப் படித்தபிறகு, அவர் சுதந்திரத் தத்துவச் சிந்தனையால் ஈர்க்கப்பட்டார். அவரது மத விரோதக் கருத்துக்களால் மற்றவர்கள் ஆத்திரமடைந்து 1656-ல் அவரைத் தமது மதத்திலிருந்து வெளியேற்றி விட்டனர். இதனால் அவர் ஆம்ஸர்டாம் நகரைவிட்டு வெளியேற நேர்ந்தது. எங்கெங்கோ சுற்றித் திரிந்து கொண்டிருந்துவிட்டு 1669-ல் ஸ்பினோஜா ஹேக் நகரில் குடியேறினார். பல நூற்றாண்டுகள் வரை அவரை நாஸ்திகரென்று கருதிக் கொண்டிருந்தனர். கிறித்துவர்களும், யூதர்களும் அவரை வெறுப்பதில் போட்டி போட்டுக் கொண்டிருந்தனர்.

மத்தியகால மத மூட நம்பிக்கைகளை ஐயந்திரிபில்லாமல் வன்மையாகக் கண்டித்த முதல் தத்துவாளர் ஸ்பினோஜாவேயாவார். முதன் முதலில் பகுத்தறிவு வாதத்தையும், இயற்கைவாதத்தையும் ஆதரித்தவரும் அவரே. எல்லாச் சாஸ்திரங்களையும் மத நூல்களைவிட அறிவே நம்பத்தகுந்த அத்தாட்சியாகும். வரலாற்றுக் கட்டுரைகளும், நூல்களும் பகுத்தறிவென்னும் உரைகல்லில் உரைத்துப் பார்க்கப்படு வதைப் போன்றே, மத நூல்களும் உரைத்துப் பார்க்கப்படவேண்டும். பல்வேறு பொருள்களிடையே உள்ள தொடர்பை அறிந்து கொள்ளுவது தான் அறிவின் பணியாகும். இயற்கை நிகழ்ச்சிகள் ஒன்றோடொன்று தொடர்புடையன. அவற்றை விளக்க இயற்கையைக் கடந்த ஒரு பொருளை நாம் கொண்டு வந்தால், அப்பொருள்களின் உள்தொடர்பு சிதறிப் போவது மட்டுமில்லாமல், உண்மையை அறிந்து கொள்ள நமக்குள் ஒரே வழியையும் இழந்து விடுகிறோம். இவ்விதம் பகுத்தறிவு வாதம், இயற்கைவாதம் (லோகாயத அனுபவ வாதம்) ஆகிய இரண்டு தத்துவங்களின் இணைப்பை நாம் ஸ்பினோஜாவின் தத்துவ இயலில் காண்கிறோம். ஆனால் ஸ்பினோஜாவின் இயற்கை (லோகாயத) வாதத்திற்கும், ஹாப்ஸின் லோகாயத வாதத்திற்கும் வேற்றுமை இருக்கிறது. ஹாப்ஸ் முழு லோகாயதவாதியாவார். அவர் எல்லா வற்றையும் லோகாயதச் சக்திகளாலும், அவற்றின் இயக்கத்தாலும் விளக்கினார். ஆனால் இதற்கு மாறாக ஸ்பினோஜா ஸ்டோயிக்கு களைப் போலவும், அத்வைத வேதாந்திகளைப் போலவும், "இதுவெல்லாம் கடவுளே (பிரம்மமே)யாகும். கடவுள் (பிரம்மம்) இதுவேயாகும்" என்றார். ஆகவே அவர் லோகாயதத் தத்துவத்தை யல்லாமல், ஆன்மீகத் தத்துவத்தை வலியுறுத்தினார்.

(பரம தத்துவம்): ஒரு முடிவுள்ள பொருள் தன்னிலைக்காக மற்ற கணக்கற்ற சக்திகளைச் சார்ந்திருக்கிறது. இக்கணக்கற்ற சக்திகளிலும் ஒவ்வொன்றும் தன்னிலைக்காக மற்ற கணக்கற்ற சக்திகளைச் சார்ந்திருக்கிறது. இப்படி ஒன்றின் அடிப்படை இரண்டாவது, இரண்டாவதின் அடிப்படை மூன்றாவது... இப்படிச் சொல்லிக் கொண்டே போனால் நாம் எவ்வித முடிவுக்கும் வரவே முடியாது. தானாகவே தோன்றிய, தனக்குத்தானே அடிப்படையான, துணை நாடும் எல்லாவற்றிற்கும் எல்லா நிகழ்ச்சிகளுக்கும் உதவி செய்யக் கூடிய ஒரு சக்தி இருக்கத்தான் வேண்டும். ஆனால் இப்படிப்பட்ட தானாகவே தோன்றிய சக்தியைத் தேட, இயற்கையைக் கடந்த எந்தவொரு சிருஷ்டி கர்த்தாவின் அவசியமுமில்லை. இயற்கை அல்லது சிருஷ்டி இந்தப் பணியையும், கடவுளின் தேவையையும் நிறைவேற்றி விடுகிறது. இவ்விதம் இயற்கை அல்லது கடவுள் எல்லா வல்லமையுடையதும், எல்லையற்றதும், பூரணமானதுமாகும். அதைக் கடந்த சக்தி எதுவுமில்லை. இயற்கையும் இயக்கமில்லாததல்ல. அது இயங்கியும், மாறிக் கொண்டிருப்பதுமாகும். எல்லாவிதமான சக்திகளும் அதுவேயாகும். ஒவ்வொரு கடைசிச் சக்தியும் கடவுளின் குணமாகும். இந்தக் குணங்களில் மனிதர்கள் இரண்டை மட்டுமே அறிவர். விரிவும் (அளவும்) சிந்தனையும், இவ்விரண்டுமே பவுதீக, மானசீக சக்திகளாகும். எல்லாப் பவுதீகக் கருக்களும், பவுதீக நிகழ்ச்சிகளும் விரிவாகும் குணத்தின் பல்வேறு நிலைகளாகும். எல்லா மனமும், மானசீக அனுபவங்களும் சிந்தனையின் பலதரப்பட்ட நிலைகளாகும். விரிவு, சிந்தனை- இரண்டுமே ஒரே பரம தத்துவத்தின் குணங்களாகையால் பவுதீக, மானசீகப் பொருட்களின் தொடர்பில் எவ்விதச் சிக்கலும் இல்லை. நம் கண்களுக்குக் காணப்படும் நிலைகள் அனைத்தும் பிரமைகளோ, மாயைகளோ அல்ல; அவையெல்லாம் உண்மைகளே! அவை நிகழ்ந்து கொண்டிருக்கும்போதும் சரி, அல்லது அவை மறைந்து கொண்டிருக்கும்போதும் சரி, அவை முற்றாக மறைந்துபோய் விடுவதில்லை. ஏனெனில் ஒரு பரம தத்துவம் எப்பொழுதுமே நிலையாக இருக்கும். அதில் பல மாறிக் கொண்டும் மீண்டும் மாறிக்கொண்டும் இருக்கும்.

துவைத வாதம்

லாக் (1632-1704): ஜான் லாக் ஆக்ஸ்போர்ட் பல்கலைக்கழகத்தில் தத்துவ இயல், இயற்கை விஞ்ஞானம், மருத்துவம் ஆகியவை களைக் கற்றார். பல வருடங்கள் வரை அவர் இங்கிலாந்தில் ஒரு பெரிய செல்வந்தரான அர்ல் ஷாபட்ஸ்பரியின் செயலாளராகப் பணியாற்றினார்.

ஆராய்ச்சிக்கும், அனுபவத்திற்கும் அப்பாற்பட்ட பொருளொன்று இருக்கிறதென்பதை லாக் மறுத்தார். நமது எண்ணங்களுக்கு அப்பாற்பட்டு நமது அறிவு இருக்க முடியாது. நமது எண்ணங்களைப் பொருள்களின் உண்மை ஏற்றுக் கொண்டால்தான், அறிவு உண்மையானதாக முடியும். அதாவது எண்ணங்கள் ஆராய்ச்சிக்கு எதிரானவையாக இருக்கக்கூடாது.

1. சக்திகள்: மானசீக சக்தியென்றும், பவுதீக சக்தியென்றும்- கண்ணுக்குப் புலப்படுவதென்றும், புலப்படாததென்றும்- இரண்டு பொருள்கள் உள்ளன. இவை தவிர மூன்றாவது ஆத்ம சக்தியான கடவுள் இருக்கிறார். நாம் நமது இயற்கைத் தகுதியை நன்கு பயன்படுத்திக் கொண்டால், கடவுள் ஞானத்தைப் பெறலாம்.

நமது செயல்கள் கெட்டவையென்று நமது கருத்தே, ஆத்மாவின் குரலென்று கூறப்படுகிறது. இந்த ஆத்மாவின் குரலும் நமது நடைமுறை ஞானத்திலிருந்தே பிறக்கிறது. நடைமுறை விதிகளைத் தானாகவே தோன்றியவை என்று சொல்ல இயலாது. ஏனெனில் அவை தானாகத் தோன்றியதை எவருமே பார்த்ததில்லை. அவை எல்லா விடங்களிலும் ஒரே மாதிரியாக இருப்பதுமில்லை. கடவுளைப் பற்றிய கருத்துக்களும் தாமாகவே தோன்றியவை அல்ல. அப்படித் தாமாகவே தோன்றியவையாக இருந்தால், எத்தனையோ இனங்களில் கடவுளைக் குறித்த உணர்ச்சி இல்லாமலிருக்கும் நிலைமை இருக்காது. சில இனங்களில் கடவுளைப் பற்றித் தெரிந்து கொள்ள வேண்டுமென்ற ஆர்வமும் இருப்பதில்லை. இதேபோலவே நெருப்பு, சூரியன், வெப்பம் ஆகியவைகளின் ஞானம் பழக்கத்தினால் வருகிறதே தவிர, தாமாகவே வந்துவிடுவதில்லை.

2. மனம்: மனம் முதன் முதலில் சுத்தமான பலகையைப் போலிருக்கும். அதில் எவ்விதக் கருத்துக்களோ, முத்திரையோ, பிரதிபிம்பமோ (உணர்ச்சியோ) இருப்பதில்லை. அனுபவத்தின் மூலமே (ஆராய்ச்சியின் மூலமே) நமக்கு அறிவுச் செல்வம் கிடைக்கிறது. அனுபவத்தின் மீதே நமது பகுத்தறிவு மாளிகை அமைந்துள்ளது.

காரணம் என்னும் பொருள் வேறொரு பொருளை உண்டாக்கு கிறது. வேறொரு பொருளிலிருந்து காரியம் ஆரம்பமாகிறதென்று லாக் கூறுகிறார்.

புலன்களால் கிடைத்த உணர்ச்சிகள் அல்லது கருத்துக்களே நமக்கு இடம், காலங்களின் விரிவு, வேற்றுமை, சமத்துவம், நடைமுறை, மற்ற விஷயங்களின் தொடர்பு ஆகியவை பற்றிய அறிவைத் தருகின்றன. இவை நமது அறிவு சம்பந்தப்பட்ட விஷயங்களை முன் நிறுத்துகின்றன.

தத்துவ இயலை வெறும் மூளையின் விளையாட்டாகக் கருதாமல், அதை இயற்கைக்குப் பொருத்திக் கற்க வேண்டுமென்று லாக் விரும்பினார். சிந்திப்பதற்கும், பிரச்சினைகளுக்கும் பரிகாரங்கள் தேடுவதற்கு முன்பு நாம் நமது தகுதியைப் பரீட்சித்துப் பார்த்துக் கொள்ள வேண்டும். எத்தனை விஷயங்களை எப்படிப்பட்ட விஷயங் களை நமது மூளை புரிந்து கொள்ள முடியுமென்பதைத் தெரிந்து கொள்ள வேண்டும். "நமது தகுதியைக் கடந்த சிந்தனைகளும் கேள்விகளும் பல புதிய பிரச்சினைகளையும் விவாதங்களையும் தோன்றச் செய்துவிடும். இதனால் நமது சந்தேகங்கள் இன்னும் அதிகமாகிவிடும்."

பகுத்தறிவு வாதம் (துவைத வாதம்)

ஸ்பினோஜாவின் அத்வைத எண்ண முதல் வாதத்தையும் பகுத்தறிவு வாதத்தில் சேர்க்கலாம். ஏனெனில் எண்ண முதல் வாதம் லோகாயத வாதத்திற்கு முக்கியத்துவம் அளிக்காவிடினும் ஸ்பினோஜாவின் தத்துவ இயலில் எண்ண முதல் வாதமும், லோகாயத வாதமும் இணைந்துள்ளன. அவர் இயற்கையின் யதார்த்தத்தை மிகவும் வலியுறுத்தியதால், அவரது தத்துவ இயலில் எண்ண முதல்வாதமும், லோகாயத வாதமும் இணைந்துள்ளன. அவர் இயற்கையின் யதார்த்தத்தை மிகவும் வலியுறுத்தியதால், அவரது தத்துவ இயலைப் பூரணமாக எண்ணமுதல்வாதமென்று கூறிவிட முடியாது. அவரைத் தவிர, பதினேழாம் நூற்றாண்டின் முக்கிய பகுத்தறிவுத் தத்துவாளர்கள் த கார்த்தும், லாயிப் நிட்ஜூம் ஆவர். அவர்களிருவரும் துவைத வாதிகளே!

த கார்த் (1596-1650)

ரேனே த கார்த் பிரான்ஸில் ஒரு பணக்காரக் குடும்பத்தில் பிறந்தார். அவர் தத்துவாளருடன், எத்தனையோ பழமையான மொழிகளில் புலவரும்கூட, த கார்த் மாபெரும் கணிதப் பேரறிஞராகவும் விளங்கினார்.

ஐரோப்பாவில் 'மறுமலர்ச்சி' யுகத்தைச் சேர்ந்த பல அறிஞர் களைப் போலவே, தனது காலத்திய பகுத்தறிவு நிலைமையில் அதிருப்தி கொண்டிருந்தார். கணிதம் திருப்திகரமானதென்று அவர் கருதினார்; அதற்குக் காரணம் கணிதத்தின் விதிகளே என அவர் எண்ணினார். த கார்த் கணிதத்தைத் தத்துவ இயலில் கூடப் பயன்படுத்த விரும்பினார். புனித அகஸ்டினைப் போலவே இவரும் 'விதி முறையுடன் கூடிய சந்தேக'த்துடன் சிந்திக்கவாரம்பித்தார். "நான் உலகத்திலுள்ள எல்லாப் பொருள்களையுமே சந்தேகத்திற்குரியவை

என்று கருதுகிறேன். ஆனால் என்னைப் பற்றி மட்டும் எவ்வித ஐயமுமில்லை; காரணம் 'நான் சிந்திக்கிறேன், அதனால் நான் இருக்கிறேன். இது தெளிவாகவும், ஐயத்திற்கிடமில்லாமலும் இருப்பதால், ஒப்புக் கொண்டுதான் தீரவேண்டும், இப்படி 'நாம் தெளிவாகவும்' சந்தேகத்திற்கிடமின்றியும் காண்பதெல்லாம் உண்மையானவையே!" என்னும் முடிவுக்கு வருகிறோம். இவ்விதமான தெளிவான, சந்தேகத்திற்கு இடமில்லாத விஷயங்களாவன: கடவுள், கணித விதிகள் 'சூன்யத்திலிருந்து ஒன்றுமே தோன்றமுடியாது' என்பது போன்ற நிரந்தர உண்மைகள் முதலியன. த கார்த் தெளிவான, சந்தேகத்திற்கிடமில்லாத கருத்தாக இருப்பதால் கடவுளைத் தானாகத் தோன்றியவர் என ஒப்புக்கொண்டாலும் எதிரிடையான சூழ்நிலை நிலவியதால், கடவுள் தானாகத் தோன்றியவர் என்பதை நிரூபிக்க அரும்பாடு பட்டார். கண்ணுக்குப் புலப்படுகின்ற உலகத்திலுள்ள 'தெளிவான சந்தேகமற்ற' அம்சங்களையெல்லாம் உண்மை என்று கூறினார். உலகம் கடவுளால் படைக்கப்பட்டது. அது தன்னை நிலை நிறுத்திக் கொள்ள முழுவதுமாகக் கடவுளைச் சார்ந்துள்ளது. கடவுளால் சிருஷ்டிக்கப்பட்ட உலகம் இரு பிரிவுகளாக இருக்கிறது; உடல் அல்லது விரிவான பொருள், மனம் அல்லது சிந்திக்கும் பொருள். அக்வினாபோல் த கார்த் ஆன்மாவும் உடலும் ஒன்றென்று கருதாமல், அகஸ்டின்போல் நேர் எதிரான வெவ்வேறானவை யென்று கூறினார். ஆன்மா உடலில் இயக்கத்தைத் தோற்றுவிக்காமல், உடலையே இயக்குவதானது கடவுளின் தெய்வீக உதவியாகும். இவ்விதமாக த கார்த் அகஸ்டினைப் போலவே, பெரும் கிருத்துவ மத ஆதரவாளராவார். உடலுக்கும், ஆன்மாவுக்கும் எவ்விதத் தொடர்புமில்லை என்னும் கருத்து, இரண்டில் ஒன்றில் மாற்றம் ஏற்படும்போது கடவுள் இடையில் தலையிட்டு மற்றொன்றில்கூட அதே மாற்றத்தை உண்டாக்கி விடுகிறாரென்ற எண்ணத்தை த கார்த் ஏற்றுக் கொள்ளும்படி செய்துவிட்டது.

பிரிட்டிஷ் தத்துவப் பேரறிஞர் ஹாப்ஸ், த கார்த்தின் சமகாலத்தவரும், நண்பருமானாலும் இருவர் கருத்துக்களிலும் எவ்வளவோ வேற்றுமை இருக்கிறது. கடவுளின் சித்தப்படியே உயிரில்லாதவையும், உயிருள்ளவையும் இயங்குகின்றன என்று த கார்த் நம்பினார். ஆனால் ஹாப்ஸ் இதற்கு மாறாக, ஒவ்வொரு பிரச்சினைக்கும் பரிகாரம் இயற்கையில் தேட வேண்டுமென்றார். ஸ்பினோஜா த கார்த்தின் நூல்களிலிருந்து பெரும் பயனடைந்தார். அவர் 'விரிவை'யும் 'சிந்தனை'யையும், 'உடல்', ஆன்மாக்'களையும் கூட த கார்த்திடமிருந்து எடுத்துக் கொண்டார். ஆனால் த கார்த்தின் தத்துவமான 'கடவுளின் இயந்திர வாத'த்தின் குறைபாடுகளை நன்கு

உணர்ந்திருந்தார். இதனால் அவர் த கார்த்தின் துவைத வாதத்தை விட்டு இயற்கை- கடவுள்- அத்வைத வாதத்தை அல்லது ஆன்மீக வாதத்தை ஹாப்ஸின் தத்துவத்திற்கருகில் கொண்டுவர முயற்சி செய்தார்.

மனிதன் எவ்வளவு அறிய முடியுமோ அவ்வளவு அறிவையும், அவனது வாழ்க்கையின் நடைமுறைகளையும், அவனுடைய உடல் நலத்தின் பாதுகாப்பையும் எல்லாக் கலைகளின் முழு அறிவையும், தத்துவ இயலென்று சொல்லலாமென்று த கார்த் கூறினார். ஆகவே த கார்த்தின் கருத்துப்படி, இவ்வுலகத் தொடர்புடைய தெளிவான, சந்தேகமற்ற அறிவும், மறு உலக சம்பந்தமான தெளிவான, ஐயமற்ற அறிவும் தத்துவ இயலுக்குள் அடங்கும்.

கடவுளின் பணி குறித்து த கார்த் கூறியதாவது: கடவுள் முதலில் இயக்கத்துடனும், ஓய்வுடனும் லோகாயத சக்திகளைப் (இயற்கையை) படைத்தார். கடவுள் இயற்கையில் முதலில் எவ்வளவு இயக்கத்தை உண்டு பண்ணினாரோ, அந்த அளவைத் தொடர்ந்து பராமரிக்க இப்பொழுதும் கடவுளின் உதவி தேவை. ஆகவே கடவுள் எப்பொழுதும் செயலாற்றல் உள்ளவராகவே இருக்க வேண்டும்.

சந்தேகப்படவும், உணரவும், ஏற்றுக் கொள்ளவும், நிராகரிக்கவும், விரும்பவும், மறுக்கவும் சக்தி படைத்ததைத்தான் சிந்திக்கும் பொருள் அல்லது ஆன்மா என்று கூறுவர்.

பெரும் சிந்தனையாளராக இருந்தும் த கார்த் மத்தியகால மனத் தளைகளிலிருந்து தன்னை விடுவித்துக்கொள்ள முடியவில்லை. அவர் தனது தத்துவ இயலை எல்லாருக்கும் பிடித்ததாகச் செய்ய வேண்டு மென்பதற்காக மத வெறியர்களின் ஆத்திரத்திற்குப் பாத்திரமாகாமல் இருக்க விரும்பினார். மதத்தையும், பழைய சமுதாய அமைப்பையும் அசைக்காமல் இருப்பதிலேயே த கார்த்தின் சுயநலமும், அவருடைய வர்க்கத்தின் சுயநலமும் பொதிந்து கிடந்தன.

லாயிப் நிட்ஜ் (1646-1716)

கோட்பிரட் வில்ஹெல்ம் லாயிப் நிட்ஜ், லிப்ஜிக் நகரில் (ஜெர்மனியில்) ஒரு மத்தியதரக் குடும்பத்தில் பிறந்தார். பல்கலைக் கழகத்தில் அவர் சட்டம், தத்துவம், கணிதம் ஆகியவைகளைக் கற்றார்.

தத்துவம்: லாயிப் நிட்ஜ் 'ஆன்ம அணு' தத்துவத்தைக் கண்டு (Monadism) கொண்டார். அவரது தத்துவப்படி பவுதிகப் பொருள்கள்- வாய்ப்புக்களும்கூட- பொருள் உண்மைகள் (Objective reality) அல்ல; இவற்றை உணரும் மனத்தின் பிரதிபலிப்புகளேயாகும். ஆன்ம

அணுக்களே (மனம், ஆன்மா) பொருள் உண்மைகளாகும். எல்லா ஆன்ம அணுக்களும் வளர்ச்சியில் ஒரே மாதிரி இருப்பதில்லை. அவைகளில் சிலவற்றின் வளர்ச்சி மிக அற்பமாக இருக்கும். அவை செயலற்றுக் கிடக்கும். சிலவற்றின் வளர்ச்சி இவைகளைவிடச் சற்று அதிகமாக இருக்கும். அது கனவு நிலையின் விழிப்பைப் போலிருக்கும். சிலவற்றின் வளர்ச்சி இவைகளை விடச் சற்று அதிகமாக இருக்கும். அது கனவு நிலையின் விழிப்பைப் போலிருக்கும். சிலவற்றின் வளர்ச்சி மிக அதிகமாக இருக்கும். இது பூரண விழிப்புணர்ச்சியைப் போன்றது. இவை எல்லாவற்றைக்காட்டிலும் மிகப் பெரும் வளர்ச்சி கடவுளுடையதாகும். அவருடைய உணர்ச்சி மிகவும் கம்பீரமானதும், மிக முழுமையானதும், பெரும் இயக்கமுடையதுமாகும். ஆன்ம அணுக்கள் கணக்கற்றவை; அவற்றின் வளர்ச்சி நிலைகளும் எண்ணிலடங்காதவை. இரண்டு ஆன்ம அணுக்கள் கூட ஒரே மாதிரியாக இருக்காத அளவுக்கு, அவைகளிடையே வேறுபாடு நிறைந்து இருக்கிறது. இவ்விதம் லாயிப் நிட்ஜ் துவைத ஆன்மீக வாதத்தை ஒப்புக் கொள்கிறார்.

ஒவ்வொரு ஆன்ம கணமும் தனது நிலைக்காகவும், குண நலனுக்காகவும் மற்றொரு ஆன்ம அணுவைச் சார்ந்திருப்பதில்லை. எந்த ஒரு ஆன்ம அணுவும் மற்றொன்றை மாற்றக்கூடிய சக்தி படைத்த தல்ல. ஆனால் தலைசிறந்த ஆன்ம அணுவான கடவுள் இதற்கு விதிவிலக்கு. ஒருவிதத்தில் அவர் இவ்வெல்லா ஆன்ம அணுக்களையும் உண்டாக்கினார். ஆன்ம அணுக்கள் தமது செயல்களில் ஒன்றுடன் ஒன்று ஒத்துழைப்பதுபோல் தோன்றுவது, ஏற்கனவே ஏற்படுத்தப் பட்ட இணைப்பின் விளைவேயாகும். அவை ஒன்றுடன் ஒன்று ஒத்துழைக்கும்படி கடவுளே அவற்றை உண்டாக்கினார்.

கடவுள் லோகாயதப் பொருள்களில் ஒரு நிச்சயப்படுத்தப்பட்ட அளவுக்கு - கடிகாரத்தில் நிரப்பும் சாவியைப்போல் - இயக்கத்தை நிரப்பியிருக்கிறார் என்னும் த கார்த்தின் சித்தாந்தம் லாயிப் நிட்ஜுக்குப் பிடிக்கவில்லை. ஆனால் மதம் கடவுள் போன்ற விஷயங் களில் அவர் த கார்த்துடன் ஒன்றுபட்டிருந்தார். லாயிப் நிட்ஜ் கூறியதாவது: கருக்கள் நடக்கின்றன. கருக்கள் ஓய்வு பெறுகின்றன. இதன்பொருள் இயக்கம் வளரவும் செய்கிறது; அழிந்தும் விடுகிறது. இந்த உலகம் தவளை தாவிக் குதிப்பதைப் போலல்லாமல், சமநிலை வெள்ளமாகச் செல்கிறது என்ற தத்துவத்திற்கு எதிராகச் செல்கிறது. உலகத்தில் இயக்கமில்லாத பொருள் எதுவுமே இல்லை. இதன் மூலம் லாயிப் நிட்ஜ் தனக்கு ஆயிரம் ஆண்டுகளுக்கு முன் வாழ்ந்திருந்த தர்மகீர்த்தியின் கூற்றையே மீண்டும் கூறினார்: "செயலாற்றல் உடையதே சரியானதும் உண்மையானதுமாகும்."

லாயிப் நிட்ஜ் வளரும் தன்மையை அல்லாமல், சக்தியை உடலின் உண்மைக் குணமாகக் கருதினார். சக்தி இல்லாமல் வளர்ச்சி இருக்க முடியாது. ஆகவே சக்தியே முக்கியமான குணமாகும்.

வாய்ப்பு அல்லது இடம் ஒன்றைச் சார்ந்து இருப்பதாகும். அது சுதந்திரமாக நிலைத்திருக்கக்கூடியதல்ல. பொருள்கள் நிறைந்திருப்பது இடமாகும். பொருள்களின் அழிவுடனே இடமும் அழிந்துவிடும். சக்திகள் இடத்தைச் சார்ந்திருப்பவை அல்ல. ஆனால் இடம் தனது நிலைக்காகச் சக்திகளைச் சார்ந்திருக்கிறது. ஆகவே பொருள் களிடையே அல்லது அவற்றைக் கடந்து இடம் இருக்க முடியாது. சக்திகள் அழியும்போது இடமும் அழிந்து விடும். இடத்தைப் பற்றிய இக்கருத்து ஐன்ஸ்டீனின் 'சார்பு நிலைத் தத்துவ'த்தை ஒத்துள்ளது.

1. கடவுள்: லாயிப் நிட்ஜின் கருத்தின்படி, தத்துவ இயல் நம்மைக் கடவுளிடம் அழைத்துச் செல்கிறது. ஏனெனில், அது லோகாயத இயந்திரச் சித்தாந்தங்களை விளக்க விரும்புகிறது. தத்துவ இயலின் அந்த விளக்கமில்லாமல் கடைசிக் காரணமான கடவுளையே நம்மால் ஒப்புக் கொள்ளாமல் போய்விடும். கடவுள் தானே அமைத்த காரணங்களால் எல்லாப் பொருட்களையும் உண்டாக்குகிறார். கடவுள் ஒரு நல்ல உலகத்தைப் படைக்கவில்லை என்பதற்கு லாயிப் நிட்ஜ் இவ்வாறு பதிலளிக்கிறார்: "உலகை எவ்வளவு நல்லதாகப் படைக்க முடியுமோ, அவ்வளவு நல்லதாகக் கடவுள் படைத்துள்ளார். எந்த அளவுக்கு முடியுமோ, அந்த அளவுக்கு இவ்வுலகத்தில் பலவிதத் தன்மைகளும், பரஸ்பர ஒத்துழைப்புகளும் இருக்கின்றன. இந்த உலகம் முழுமையானதுமல்ல. இதில் எத்தனையோ குறைபாடுகளும் உள்ளன என்பதும் உண்மைதான். ஆனால் கடவுள் குறுகிய அளவில் எப்படித் தனது குணநலன்களை வெளிப்படுத்த முடியும்? குறைபாடு களும் (கெடுதல்களும்) தேவையில்லாமல் இல்லை. ஒரு அழகிய ஓவியத்தில் பின்னணியாகக் கருத நிலம் இருக்க வேண்டியது எவ்வளவு அவசியமோ, அதேபோல் நல்லவைகளை எடுத்துக்காட்டக் கெட்டவைகளும் அவசியமே!" இங்கே நமது சமுதாயத்தில் வர்க்கச் சுரண்டலை ஆதரித்து, லாயிப் நிட்ஜ் எவ்வளவு மோசமான வாதம் புரிகிறார்! கடவுள் தமது நல்ல தன்மைகளை எடுத்துக்காட்டுவதற்காக சிலர்மேல் மட்டுமே அன்புமழை பொழிந்து, தொண்ணூறு சதவீத மக்களைச் சுரண்டப்பட்டவர்களாகவும், ஏழைகளாகவும், பாதிக்கப் பட்டவர்களாகவும், அடக்கப்பட்டவர்களாகவும் படைத்தால், அப்படிப்பட்ட கடவுளிடமிருந்து நாம் தூர விலகியே நிற்க வேண்டுமல்லவா!

*2. **ஜீவாத்மா:*** ஜீவாத்மா கணக்கற்ற ஆன்ம அணுக்களில் ஒன்றென்பதை ஏற்கனவே குறிப்பிட்டோம். லாயிப் நிட்ஜ் ஆன்மாவை நிலையானதாகவும் ஒரே தன்மையுடையதாகவும் கருதுகிறார்: "உணர்ச்சி என்ற முத்திரை குத்துவதற்கு ஆன்மா ஒரு மெழுகு போன்றதல்ல. ஆன்மாவை இப்படிக் கருதுகிறவர்கள் அதை ஒரு பவுதீகப் பொருளாக்கி விடுகின்றனர்" ஆன்மாவுக்குள் சக்தி, பொருள், ஒற்றுமை, பொதுமை, காரணம், யதார்த்தம் காரண காரியம், அளவு- ஆகிய எல்லா அறிவும் அடங்கியிருக்கிறது. ஆன்மா இவைகளைப் பெறப் புலன்களை எதிர்பார்த்திருக்கவில்லை.

*3. **அறிவு:*** நாம் சில சித்தாந்தங்களைத் தானாகத் தோன்றியவை என்று ஒப்புக்கொண்டதால்தான், அவற்றின் அடிப்படையில் நமது தர்க்கங்களைப் பயன்படுத்தி அறிவுபூர்வமான ஞானத்தைப் பெற முடியும். ஒற்றுமையும் முரண்பாடும் இந்தத் தானாகத் தோன்றிய சித்தாந்தங்களில் சிலவாகும். தூய சிந்தனைத் துறையில் இந்த ஒற்றுமையும் முரண்பாடுமே உண்மையின் உரை கற்களாகும். ஆராய்ச்சி (அனுபவ)த் துறையில் உண்மையின் உரைகல் தர்க்கமே தானாகத் தோன்றிய சித்தாந்தமாகும். தத்துவ இயலின் முக்கியபணி அறிவின் அடிப்படைச் சித்தாந்தங்களைக் கண்டு கொள்வதேயாகும். அவை உண்மையின் அடிப்படைச் சித்தாந்தங்களும், முன்பே நிச்சயிக்கப்பட்டவையுமாகும்.

ஹாப்ஸூம், த கார்த்தும் முழுக்க முழுக்க மாறுபட்ட தத்துவங்களை ஒப்புக் கொள்கின்றனர். ஸ்பினோஜாவின் மனம் த கார்த்துடனும், அறிவு ஹாப்ஸூடனும் இருந்தன. இதனால் அவர் த கார்த்துக்கு எவ்விதத்திலும் உதவவில்லை. அவருடைய தத்துவஇயல் நாஸ்திகத்துக்கும், லோகாயத வாதத்திற்கும் பாதை செப்பனிடுவதில் உதவி புரியத் தொடங்கிற்று. தத்துவ இயலை அறிவு பூர்வமானதாக்க மத்திய காலக் கருத்துக்களிலிருந்து கொஞ்சம் முன்னேற வேண்டு மென்று லாயிப் நிட்ஜ் விரும்பினாலும், ஸ்பினோஜாவைப் போல் தன்னையும் எங்கே லோகாயத வாதி என்று கருதி விடுவார்களோ என்று அஞ்சினார். அத்துடன் அவர் கடவுள், ஆன்மா, சிருஷ்டி போன்ற மதக் கருத்துக்களுக்கும் தனது தத்துவ இயலில் இடமளித்தார். மெத்தப் படித்த மேதாவிகள் தம்மைச் சிறந்த தத்துவாளராகக் கருத வேண்டுமென்பதற்காக அவர் இதைச் செய்தார். இக்கருத்துக்களால் உந்தப்பட்டே அவர் ஸ்பினோஜாவின் இணைப்புத் தத்துவத்தை- இயற்கை, கடவுள், அத்வைதத் தத்துவத்தை - ஏற்றுக் கொள்ளாமல் ஆன்ம அணுத்தத்துவத்தைக் கண்டுகொண்டார். இதில் ஸ்பினோஜாவின் ஆன்மீகவாதமும், த கார்க்கின் துவைத வாதமும், கடவுள் வாதமும் கலந்துள்ளன.

அத்தியாயம் மூன்று

பதினெட்டாம் நூற்றாண்டுத் தத்துவாளர்கள்

நியூட்டனின் (1642-1727): பதினேழாம் நூற்றாண்டின் கண்டுபிடிப்பு களான 'புவி ஈர்ப்புத் தத்துவமும்', உலகத்தின் இயந்திர விளக்கமும் அந்த நூற்றாண்டின் தத்துவ இயலையும் வருங்காலத் தத்துவ இயலையும் பெரிதும் பாதித்தன. பதினெட்டாம் நூற்றாண்டில் ஹர்ஷல் (1738- 1822) என்ற விஞ்ஞானி நியூட்டனின் இயந்திர சித்தாந்தத்தைத் தழுவி சனிக்கிரகத்தைக் கடந்து யுரேனஸ் (1781) கோளையும், சனியின் இரண்டு துணைக்கோளையும் (1789) கண்டுகொண்டார். இவை தவிர அவர் ஒன்றைச் சுற்றி மற்றொன்று வட்டமிடும் 800 இரட்டை நட்சத்திரங்களைக் கண்டுபிடித்தார். இதனால் நியூட்டனின் இயந்திர சித்தாந்தம் சூரிய மண்டலத்தைக் கடந்தும் பொருந்துமென்பது தெரிந்தது. அந்நூற்றாண்டின் இறுதியில் (1799) லாப்லாஸ் "வான இயல் இயந்திரம்" என்னும் நூல் எழுதி, மேற்குறிப்பிட்ட சித்தாந்தத்தை வலுப்படுத்தினார். மறுபுறம் பவுதீக விஞ்ஞானமும், அனல், ஒலி, காந்தம், மின்சாரம் முதலிய ஆராய்ச்சிகளில் புதிய கண்டுபிடிப்புகளைக் கண்டு கொண்டது. அனலும் இயக்கத்தின் ஒரு பகுதியே என்பதை ரம்போர்ட் நிரூபித்தார். 1705-ல் முதன்முதலாக ஹாப்ஸ் ஒலி காற்றைச் சார்ந்துள்ளது, காற்றில்லாவிட்டால் ஒலி பிறக்காதென்பதை ஆராய்ச்சிகள் மூலம் எடுத்துச் சொன்னார்.

இரசாயன இயலில் பிரிஸ்ட்லி (1733-1804)யும், ஷீலே (1742-1786)யும் தனித்தனியாகப் பிராண வாயுவைக் கண்டுபிடித்தனர். கவேண்டிஷ் (1731-1810) பிராண வாயுவையும், கரியமில வாயுவையும் ஒன்றாகக் கலந்து நீர் இருவிதக் காற்றுக்களால் ஆனதென்பதை நிரூபித்துக் காட்டினார்.

இதே நூற்றாண்டில் ஹட்டன் (1726-1797) "நிலத்தத்துவம்" (Theory of the Earth) என்னும் கட்டுரை எழுதி (1788) நிலவியலுக்கு அடிக்கல்

நாட்டினார். ஜேனேர் (1749-1823) அம்மை நோய் தடுப்பு ஊசியைக் கண்டுபிடித்து, மருத்துவ இயலில் நோய்கள் வருமுன் காக்கும் முறையைத் துவக்கி வைத்தார்.

பதினெட்டாம் நூற்றாண்டில் நடைபெற்ற விஞ்ஞான வளர்ச்சி தத்துவ இயலையும் பாதிக்காமல் இருக்க முடியாது. இதனாலேயே பதினெட்டாம் நூற்றாண்டுத் தத்துவ மேதைகள் வெறும் கற்பனா உலகத்தில் மட்டுமே சஞ்சரிக்கவில்லை. சந்தேகவாதியான ஹ்யூம் மட்டுமல்லாமல், எண்ண முதல்வாதிகளான பர்க்லேயும், காண்ட்டும் கூட ஆராய்ச்சியை மிக அதிகமாகப் பயன்படுத்தித் தமது கற்பனை வாதங்களை வலியுறுத்த விரும்பினார்கள்.

எண்ண முதல் வாதம்

பதினெட்டாம் நூற்றாண்டின் முக்கியமான எண்ண முதல் வாதத் தத்துவாளர்கள் பர்க்லேயும் காண்ட்டும் ஆவர்.

பர்க்லே (1685-1753)

ஜார்ஜ் பர்க்லே அயர்லாந்தில் பிறந்தார். டப்ளினிலுள்ள டிரினிடி கல்லூரியில் கல்வி பயின்றார். 1734-ல் கோலோன் நகரின் தலைமைப் பாதிரியானார்.

ஒரு புதிய தத்துவத்தைக் கண்டு கொள்வது பர்க்லேயின் தத்துவ இயலின் நோக்கமல்ல. லோகாயத வாதத்திடமிருந்தும் நாஸ்திக வாதத்திடமிருந்தும் கிருத்துவ மதத்தைப் பாதுகாப்பதே அவருடைய முக்கிய நோக்கமாக இருந்தது. இவ்விதமாக அவர் பதினெட்டாம் நூற்றாண்டின் புனித அகஸ்டினாகவும் ஓரளவுக்கு கிருத்துவர்களின் அக்வினாகவும் விளங்கினார். ஹாப்ஸின் லோகாயதத் தத்துவ இயலும், கருத்துச் சுதந்திரம் பற்றிய மற்ற எண்ணங்களும் படித்த வர்க்கத்தினரிடையே பரவி, கிருத்துவ மதத்திற்கு அபாயத்தை விளைவித்துக் கொண்டிருந்தன. பதினேழாம் நூற்றாண்டிலும், பதினெட்டாம் நூற்றாண்டிலும் நிகழ்ந்து கொண்டிருந்த விஞ்ஞானக் கண்டுபிடிப்புகளின் முன்னேற்றத்தால் மதம் வலுவிழந்து கொண்டிருந்தது. இயற்கையும் அதன் விதிகளுமே பகுத்தறிவுப் பிரச்சினைகளைத் தீர்ப்பதற்குப் போதுமானவை என்பது நிரூபணமாக்கிக் கொண்டிருந்தது. இந்த விஞ்ஞான அலைகளைத் தடுத்து நிறுத்த தகார்த், ஸ்பினோஜா, லாயிப்நிட்ஜ் போன்றோரின் தத்துவ இயல்கள் உதவினாலும், அவை லோகாயத வாதத்தை ஏதோ ஒரு வகையில் ஒப்புக்கொண்டன. தலைமைப் பாதிரியாரான பர்க்லே லோகாயத வாதத்தையே தனது தத்துவ இயலால் அழித்துவிட விரும்பினார். லோகாயத வாதமே இல்லையானால் லோகாயத வாதிகள் தலையெடுக்க மாட்டார்கள்.

பர்க்லே கூறியதாவது: "முக்கிய அல்லது துணைக் குணங்களின் தொடர்பாகத் தோன்றும் நமது கருத்துக்களும் உணர்ச்சிகளும் யதார்த்தப் புற உலகின் பிரதிபலிப்புகளோ, எதிரொலிகளோ அல்ல. அவை வெறும் நமது மானசீக உணர்ச்சிகள் மட்டுமேயாகும். கருத்துக்கள், கருத்துக்களுடன் மட்டுமே ஒன்றுபட்டிருக்கும். பவுதிகப் பொருட்களுடனும், அவற்றின் தன்மைகளான உருண்டை, மஞ்சள், கசப்பு போன்றவைகளுடனும் ஒன்றுபட்டிருக்கமாட்டா. ஆகவே பவுதீகக் கருக்கள் இருக்கின்றன என்பதற்கு எவ்வித அத்தாட்சியும் இல்லை. அறிவு சம்பந்தப்பட்ட விஷயங்களே நமது கருத்துக்களாகும். அவற்றைக் கடந்தும், வெளியேயும் உள்ள எந்த லோகாயதத் தத்துவமும் அறிவின் உண்மையான விஷயமல்ல. மனதிற்கு வெளியே அது சொர்க்கத்தின் இசைக் குழுவாக இருக்கட்டும், அல்லது உலகத்தின் பல்வேறு பொருட்களாக இருக்கட்டும், மனத்தைத் தவிர அங்கே வேறெந்தப் பொருளுமே இல்லை. மனம் உணர்வதாலேயே அவை இருப்பது தெரிகிறது. அவற்றை எந்த மனிதனும் உணரவில்லை யென்றால், அவை இல்லவே இல்லை அல்லது அவை ஒரு அழியாத ஆன்மாவின் மனத்தில் இருக்கின்றன". பவுதீகக் கருக்கள் தத்தமது குண நலன்களின்படி, வரிசைக் கிரமமான விளைவுகளை (நெருப்பு, பனி) உண்டாக்குகின்றன. பவுதீக சக்திகளே இல்லாவிட்டால், வெறும் கருத்துக்களால் மட்டுமே இவை அனைத்தும் எங்ஙனம் நிகழும்? இதற்குப் பர்க்லேயின் பதில்: "இயற்கையின் இயக்குநரால் சுயேச்சையாக ஏற்படுத்தப்பட்ட தொடர்பின் விளைவே இது". இத்தொடர்பை அவர் பல்வேறு கருத்துக்களிடையே நிறுவினார். பர்க்லேயின் கருத்தின்படி உண்மையின் தத்துவங்களான கடவுள், அவரால் உருவாக்கப்பட்ட ஆன்மா, அவரது கட்டளைப்படி பல்வேறு நிலைகளில் தோன்றும் பல்வேறு கருத்துக்கள்.

காண்ட் (1724-1804)

இமானுவேல் காண்ட் கோயினிஸ்பர்கில் (ஜெர்மனி) ஒரு சாதாரண தொழிலாளிக் குடும்பத்தில் பிறந்தார். அவரது குழந்தைப் பருவம் மதச் சூழ்நிலையில் கழிந்தது. அவர் தனது வாழ்நாளை யெல்லாம் தனது பிறந்த ஊரிலும், அதன் சுற்றுப் புறங்களிலுமே கழித்துவிட்டதால், ஒரு கிணற்றுத் தவளையைப் போலவே இருந்து விட்டார்.

ஹாப்ஸ், ஸ்பினோஜா, த கார்த், லாயிப்நிட்ஜ் ஆகியோரின் தத்துவ இயல்களில் லோகாயத விஷயங்களே அடிப்படையானவையென்று வலியுறுத்தப்பட்டுள்ளன அல்லது இயற்கையை நிராகரித்துவிட்டு எண்ணத்திற்கே முக்கியத்துவம் தரப்பட்டுள்ளது. காண்ட் வாழ்ந்த

காலத்தில் பவுதீக விஞ்ஞானம் எவ்வளவோ வளர்ச்சியடைந்திருந்தது. படித்தவர்களிடையே விஞ்ஞானத்திற்கு நல்ல மதிப்பும் இருந்தது. இதனால் அவர் விஞ்ஞானத்தை அசட்டை செய்துவிட்டு, எண்ண முதல் வாதத்தை மட்டுமே வற்புறுத்தும் நிலையில் இல்லை. ஆனால் அவருடைய இலட்சியம் எண்ண முதல் வாதத்தை ஆதரிப்பது தான்! அத்துடன் அவர் லோகாயத வாதத்தின் முழு எதிரியாகவும் இருந்தார். ஹ்யூமைப்போல இரண்டு தத்துவங்களையுமே சந்தேகக் கண்கொண்டு பார்ப்பதையே தனது தத்துவமாக்க காண்ட் விரும்பவில்லை. அவர் ஹ்யூமின் சந்தேகவாதத்தையும், பழைய தத்துவ இயலின் பத்தாம் பசலித்தன்மையையும் குறைப்பதும், எல்லாவற்றையும்விட லோகாயத வாதம், நாஸ்திகம் ஆகியவைகளை அழிப்பதுவே தனது வாழ்க்கை நோக்கங்களாகக் கொண்டிருந்தார். அதுவே காண்டின் தத்துவ இயலின் முக்கிய லட்சியமாகும். தன்னை ஒரு பகுத்தறிவாளராக நிரூபித்துக் கொள்வதற்காக அவர் தலைவிதி, உணர்ச்சி, தத்துவம், மூட நம்பிக்கைகள் ஆகியவற்றையும் எதிர்த்தார். காண்ட் வாழ்நாளில் ஐரோப்பாவின் சிந்தனைத் திறனுடைய சமுதாயம் மத்திய காலப் பகுத்தறிவுத் தளைகளிலிருந்து விடுபட்டிருந்தது மட்டுமல்லாமல், மத்திய யுகத்தின் பொருளாதார அமைப்பை நிலப்பிரபுத்துவத்தையும் இரண்டு முக்கிய நாடுகளான இங்கிலாந்திலும் *(1649-1775)*, ஃபிரான்ஸிலும் *(1789)* ஒழித்துவிட்டு, முதலாளித்துவத்தை நோக்கி அடியெடுத்து வைத்திருந்தது. இங்கிலாந்தில் ஆங்கில நிலப்பிரபுத்து வத்தின் கொடுங்கோன்மை முதல் சார்லஸ் காலத்திலேயே 1649-ல் ஒழிக்கப்பட்டுவிட்டது. அங்கே ஒரு முடியாட்சி அழிந்து விட்டது மட்டுமல்லாமல், அத்துடன் பழைய சம்பிரதாயங்களில் மக்கள் நம்பிக்கை இழக்கவாரம்பித்துவிட்டனர். பதினெட்டாம் நூற்றாண்டில் ஃபிரான்ஸிலும் இதே கதை தொடர்ந்தது. நிலப்பிரபுத்துவத்தினாலும் அதன் கையாளான மதத்தினாலும் மக்கள் வெறுப்படைந்து விட்டிருந்தனர். மக்களின் இந்த வெறுப்புணர்ச்சியை வெளிப்படுத்தும் வகையில் ஃபிரான்ஸில் வால்டேர் *(1694-1775)*, ரூஸோ *(1712-1785)* போன்ற சக்தி வாய்ந்த எழுத்தாளர்கள் தோன்றினர். வால்டேர் மதம் அறிவீனத்தாலும், ஏமாற்றுத் தனத்தாலும் தோன்றியதென்றார். மதம் என்பது புத்திசாலிப் புரோகிதர்கள் விரித்த வலையாகும். அவர்கள் மனிதரின் முட்டாள்தனத்தையும், பாரபட்ச குணத்தையும் பயன்படுத்திக் கொண்டு அவர்களை ஆள மதமென்னும் ஒரு புதிய உத்தியைக் கண்டுபிடித்தனர். ரூஸோ, வால்டேரைக் காட்டிலும் ஓரடி முன் சென்று, கலை, விஞ்ஞானம் ஆகியவை பொழுதுபோக்குகளின், சோம்பேறிகளின் சாதனங்கள் என்றும் சொல்லி வைத்தார். இவ்விரண்டுமே மனிதனின் வீழ்ச்சிக்குக் காரணங்களென்று அவர்

குறிப்பிட்டார். "எல்லா மனிதர்களுமே சுபாவத்தில் ஒரே மாதிரியான வர்கள். நமது சமுதாயமே தனிச் சொத்துரிமையை ஏற்படுத்தி அவர்களைப் பலதரப்பானவர்களாக்கி விட்டது. இதன் விளைவாக இன்று நாம் அடிமை-ஆண்டான், படித்தவன்- படிக்காதவன், ஏழை-பணக்காரன் போன்ற வேற்றுமைகளைக் காண்கிறோம்" என்றார் ரூஸோ. "ஆன்மா என்று ஒன்றுமே இல்லை. சிந்தனை என்பது மூளையின் செயல். லோகாயத சக்தி ஒன்றே அழிவில்லாப் பொருளாகும்" என்று ஒரு பெரிய பணக்காரரான தோல்பாஷ் கூறினார்.

இப்படிப்பட்ட நிலைமையில் ஐரோப்பாவில் அடிமைத்தளை களிலிருந்து விடுதலை பெற்றுக் கொண்டிருந்த கருத்துக்களைக் கிருஸ்துவ. மத நான்கு சுவர்களுக்கிடையே அடைத்து வைக்க இயலாததென்பதைக் காண்ட் புரிந்து கொண்டு விட்டார். ஆகவே அந்நான்கு சுவர்களின் எல்லையை விரிவாக்க வேண்டுமென்றும், கடவுள், கர்ம- சுதந்திரம், ஆன்மாவின் அமரத்துவம் போன்ற மத சித்தாந்தங்களைப் பாதுகாக்க முயற்சி செய்ய வேண்டுமென்றும் அவர் கருதினார். இந்த விஷயங்களைக் கொண்டே அவர் ஒரு வலுவான வலையைத் தயார் செய்தார். அவர் கூறியதாவது: அனுபவத்தை அடிப்படையாகக் கொண்ட மனித மூளை வெகுதூரம் வரை சிந்திக்க முடியுமென்பதில் சந்தேகமில்லை; ஆனால் அதுகூட எல்லையற்றவரை சிந்திக்க இயலாது. அது சிந்திப்பதற்கும் ஒரு எல்லை இருக்கிறது. கடவுள், பரலோகம், மறுவாழ்வு ஆகியவை மனித அனுபவத்தைக் கடந்த- எல்லையைத் தாண்டிய- விஷயங்களாகும். ஆகவே அவை குறித்து எவ்வித தர்க்கமும் செய்ய இயலாது. தர்க்கத்தால் மட்டுமே அவைகளைக் கண்டிக்கவும் முடியாது. நிரூபிக்கவும் முடியாது. அவற்றைப் பக்தியினால் மட்டுமே ஒப்புக்கொள்ளலாம். சித்தாந்த ரீதியாக இந்தப் பக்தி பலவீனமானதாக இருப்பினும், அது நடைமுறைச் சாத்தியமானதாகையால் மிகவும் வலுப் பெற்றதாக இருக்கிறது. அதாவது கடவுள், மறுபிறவி போன்ற நம்பிக்கைகள் மனிதர் களிடையேயும், சமுதாயங்களிடையேயும் அமைதியையும், கட்டுப் பாட்டையும் பரப்புகின்றன. இவைகளை ஒப்புக்கொள்வதற்கு அமைதியும், கட்டுப்பாடுமே போதிய காரணங்களாகும்.

1. ***அறிவு:*** எல்லா நாடுகளுக்கும் பொருத்தமானதும், அவசிய மானதும் தான் உண்மையான அறிவாகும். புலன்கள் நமது அறிவிற்காக விஷயங்களைச் சேகரிக்கின்றன. மனம் தனது சுபாவத்தின்படி அவ்விஷயங்களை வரிசைப்படுத்திக் கொள்கிறது. இதனாலேயே நமக்குக் கிடைக்கும் அறிவு, நமது மனத்திற்குள் இருக்கும் விஷயங் களைப்போல் வெளியில் இருப்பதில்லை. அதற்குப் பதில் கருத்துக்களின்

வரிசைத் தொடர்பான எல்லா நாடுகளுக்கும் பொருத்தமான, அவசியமான அறிவுபூர்வமான அவ்விஷயங்கள் இருக்கின்றன. அதாவது நம்முடைய மனத்துக்குள் விஷயங்கள் எப்படி இருக்கின்றன என்பதை நாம் அறிய மாட்டோம். இதுதான் காண்டின் சந்தேக வாதமாகும். அத்துடன் நாம் பெறும் அறிவு அனுபவத்தாலும், ஆராய்ச்சியாலும் கூடக் கிடைக்கிறதென்றும் காண்ட் கூறினார். இங்கே அவர் ஆராய்ச்சி தத்துவவாதியாகவும் தோற்றமளிக்கிறார். ஆனால் மனம் வெளியுலக விஷயங்களைக் கணக்கிலெடுத்துக் கொள்ளாமல் தனது அனுபவத்தின் அடிப்படையில் சிந்தித்து, அவற்றைத் தனது சுபாவத்தின்படி ஏற்றுக் கொள்கிறது. இது வெளியுலகத்தோடு தொடர்பற்ற மனத்தின் அறிவுபூர்வமான முடிவாகும். ஆராய்ச்சித் தத்துவம், சந்தேக வாதம், பகுத்தறிவு வாதம்-இம்மூன்றையும் காண்ட் தனது சுயநலத்துக்காகப் பயன்படுத்தினார். இதன் நோக்கம், சிந்தனை ஒரு எல்லையைத் தாண்டிச் செல்வதைத் தடுப்பதாகும்.

2. முடிவு: அறிவு எப்பொழுதும் முடிவின் உருவில் வெளிப்படுகிறது. நாம் அறிவில் எந்த விஷயத்தை ஏற்றுக்கொண்டாலும், மறுத்தாலும் அது முடிவாகத்தான் வெளிப்படுகிறது. ஆனால் எல்லா முடிவுகளுமே அறிவாகா. எல்லா நாடுகளுக்கும் பொருத்தமானதாகவும், அவசியமானதாகவும் இல்லாத முடிவு விஞ்ஞானம் ஏற்றுக் கொள்ளக் கூடியதாக இருக்க முடியாது. அந்த முடிவுக்கு ஏதாவது விதிவிலக்கு இருந்தாலும், அது எல்லா நாடுகளுக்கும் பொருந்தியதாக இருக்க முடியாது. அதற்கு எதிர்ப்பு ஏற்பட வேண்டுமென்ற அவசியமும் இல்லை.

3. உணர்தல்: ஒரு பொருளை நாம் உணர வேண்டுமானால், அங்கே லோகாயத சக்தியும், அதனுள்ளே உணர்ச்சியும், உருவமும் இருக்க வேண்டும். இவற்றை நமது அறிவு இடம், காலம் என்னும் சட்டத்திற்குள் வரிசைப்படுத்திக் கொண்ட பின்னர்தான், அப்பொருளை நம்மால் உணரமுடியும். ஆன்மா (மனம்) உணர்ச்சிகளை மட்டுமே பெறுகிறது; அது நேராகப் பொருள்களை அடைவதில்லை. பொருள்களும் நேராக மனத்தை (ஆன்மாவை) அடைவதில்லை. பின்னர் அது தனது சிறப்புச் சக்தியால் ஆன்ம உணர்ச்சியின் மூலம் அப்பொருள்களை உணர்கிறது. அப்பொழுது அது தனக்கு அப்பாலுள்ள இடம், காலம் ஆகியவைகளில் நிறத்தைக் காண்கிறது. ஒலியைக் கேட்கிறது.

இடமும், காலமும்: மனத்தில் எந்தப் பொருளும் இல்லா விட்டாலும், அது இடம், காலம் ஆகியவைகளை உணரும் வகையில் அமைந்துள்ளது. அது பொருள்களை இடம், காலங்களுடன்

உணர்வதுடன்கூட, இடம், காலங்களை தனிப் பொருள்களாகவும் உணர்கிறது. நமது உள் மனத்தின் செய்கை காலத்தின் எல்லைக்குட்பட்டு, அதாவது ஒன்றின்பின் ஒன்றாக நிகழ்கிறது. வெளியுலகப் புலனறிவு இடத்தின் எல்லைக்குள் இருக்கிறது. அதாவது நமது புலன்களுடன் தொடர்புள்ள பொருள்களையே நம்மால் உணரமுடியும். இடமும், பொருளும் மற்றவைகளின் உதவியின்றித் தாமாக நிலைத்திருக்க முடியாது. அவையிரண்டும் பொருள்களின் குணங்களோ தொடர்பு களோ அல்ல. நமது புலன்கள் பொருள்களை உணரும் முறைகளே, புலன்களின் உருவங்களும், செயல்களுமாகும், இடம், காலம் ஆகியவை ஆன்ம உணர்வினால் மட்டுமே உணரப்படக்கூடியவை; அவை வெளியிலுள்ள புலன்களுடன் சம்பந்தப்பட்டவையல்ல. இதன் பொருள் என்னவெனில், ஆன்ம உணர்வு அல்லது இடத்தையும், காலத்தையும் உணரும் சக்திகள் உலகத்தில் இல்லாவிட்டால், உண்மையாகவே நாம் வாழும் இவ்வுலகம் நமக்கு இடம், காலமில்லாத தாகிவிடும். இடம் அற்ற பொருளை நம்மால் சிந்திக்கவும் இயலாது. பொருள் இல்லாமல் இடத்தை உணரவும் முடியாது. ஆகவே பொருட்களையும், வெளியுலகத்தையும் உணர இடம் இருப்பது மிகவும் அவசியம். காலமும் இப்படியே!

4. அதீதமானவை: இவ்விதம் இடமும், காலமும் புலன்களுடன் தொடர்பில்லாதவையாகும். அவை அனுபவிக்கக்கூடிய விஷயங்களல்ல. அவை புலன்களுக்கு அப்பாற்பட்ட - அதீதமான - பொருட்களாகும். அவை புலன்களைக் கடந்தவையாக இருந்தாலும், பொருட்களின் அறிவுடன் எத்தகைய தொடர்புடையன என்பதை ஏற்கனவே குறிப்பிட்டுள்ளோம்.

5. பொருள் தனக்குள்ளே: புலன்களால் நமக்கு வெளியுலகத் துடன் தொடர்பு இருக்கிறது. புலன்கள் வெளியுலகம் குறித்து மனத்திற்குத் தெரிவிக்கின்றன. மனம் அதைப்பற்றி தன்னிச்சையாக விளக்குகிறது. பொருட்களின் வெளியுருவத் துடனேயே புலன்களின் தொடர்பு இருக்கிறது. மனம் பொருள்களைப் பற்றிச் செய்யும் விளக்கம் இந்த வெளியுருவத்தின் அடிப்படையிலேயே இருக்கும். ஆகவே 'பொருள் தனக்குள்ளே எப்படி இருக்கிறது' என்னும் அறிவு புலன்கள் அல்லது அனுபவத்தின் விஷயமல்ல. அது புலன்களைக் கடந்த அதீதமான விஷயமாகும். உணர்தலால் நமக்குப் பொருள்களின் ஒளி கிடைக்கலாம். ஆனால் பொருள் தனக்குள்ளே எப்படி இருக்கும் என்பதை அந்த ஒளியோ, அந்தத் தொடர்போ நமக்குத் தெரிவிக்க இயலாது. பொருள் தனக்குள்ளே அறிய முடியாததாக இருக்கும். அதைப் புலன்களால் அறிய இயலாது. ஆனால் பொருள் இருப்பதை

வேறுவிதமாகத் தெரிந்து கொள்ளலாம். அதுதான் ஆன்ம உணர்வாகும். அது புலன்களிடம் "நீ இந்த எல்லை வரைதான் வர முடியும்; இதைத்தாண்டி நீ செல்ல முடியாது" என்று சொல்கிறது.

(ஆன்மா): நான் ஆன்மாவை உணர முடியாது. ஆனால் அதைக் குறித்துச் சிந்திக்க முடியும். ஒரு தன்னுணர்வுடைய கருத்துக்களை நினைவுகளாக மாற்றும் சக்தியான ஆன்மா இல்லாத வரையில் அறிவைப் பெறவே முடியாது. ஆனால் இந்த ஆன்மாவை நாம் நேராகப் புலன்களால் அறிந்து கொள்ள இயலாது. காரணம், அது எல்லையைக் கடந்ததும், புலன்களால் அறியப்பட முடியாததுமாகும்.

இவ்விதம் எல்லையைக் கடந்த பொருள்கள் இருக்கலாம். பொருள் தனக்குள்ளே அல்லது பொருள் சாரம்கூட இதேபோல அறிய முடியாததேயாகும். ஆனால் அது நிச்சயமாக இருக்கிறது. அப்படி இல்லாவிட்டால் புலன்கள், பொருள்கள் ஆகியவற்றின் தொடர்பால் ஏற்படும் உணர்ச்சி தோன்றாது. வெளியுலகம் அல்லது பொருளைப் பற்றிய அறிவுக்குப் பின்னால் ஏதோ ஒரு பொருள் சாரம் தவறாமல் இருக்க வேண்டும். அது நமது மனத்தைக் கடந்த பொருளாகும். அது நமது புலன்களின் மேல் தனது செல்வாக்கைப் பரப்புகிறது. அது நமது அறிவிற்கு விஷயதானம் செய்கிறது. இந்த அடிப்படையான பொருள் சாரம் இல்லாமல், நமது அறிவிற்கு ஆதாரமே இருக்காது.

காண்ட் புத்தியையும், புரிந்து கொள்ளுதலையும் வேறுபடுத்து கிறார். புரிந்து கொள்ளுதல் புலன்களால் கொண்டு வரப்படும் உணர்ச்சியை அடிப்படையாகக் கொண்டதாகும். ஆனால் புத்தி புரிந்து கொள்ளுதலைக் கடந்து செல்கிறது. நேரிடையான விஷயமில்லாத, புலன்களுக்குப் புலப்படாத அறிவு தூய ஞான உருவமாகும். அதைப் புத்தி அடைய விரும்புகிறது. மனம் அல்லது புத்தியின் சாதாரணச் செயலைப் 'புரிந்து கொள்ளுதல்' என்கிறோம். அது நமது அனுபவங்களை- விஷய உணர்ச்சிகளை- சமமாகவும் விதிகள், சித்தாந்தங்களின் படியும் ஒன்றுடன் மற்றொன்றை இணைக்கிறது. இதன்மூலம் அது நமக்கு முடிவுகளை அளிக்கிறது.

முடிவு: காண்ட், புத்தி நம்முன் வைக்கும் முடிவுகளை பன்னிரண்டாகப் பிரித்தார்.

பொருள் சாரம், அமர ஆன்மா, கர்ம சுதந்திரம், கடவுள் ஆகியவை நம்மால் புரிந்துகொள்ள இயலாத விஷயங்களாக இருப்பினும், அதனால் அவை இல்லை என்று நிரூபிக்கப்பட்டு விடுவதில்லை. அவைகளை நமது புத்தி நமக்குத் தெரிவிப்பதில்லை. ஏனெனில் அவை எல்லையைக் கடந்த விஷயங்களாகும். எனினும் நடைமுறைச்

சம்பிரதாயங்கள் கடவுள் இருக்கிறார் என்பதை ஒப்புக் கொள்ள நம்மைக் கட்டாயப்படுத்துகின்றன. இல்லாவிட்டால் கொல்லாமை, உண்மையே பேசுதல், திருடாமலிருத்தல் முதலியவைகளைக் கடைப்பிடிக்க முடியாமற் போய்விடும்.

இவ்விதம் பிஷப் பர்க்லே செய்ததையே காண்ட்டும் செய்ய விரும்பினார். பர்க்லே 'புத்தி'யைத் துணைகொண்டு லோகாயத தத்துவத்தைக் கண்டித்து, ஆன்ம வாதத்தை ஆதரித்தார். காண்ட் லோகாயதத் தத்துவத்தில் சந்தேகத்தை உண்டுபண்ணி, அதை அபாயத்துக்குள்ளாக்கி விட்டார். கடவுள், ஆன்மா, மனம் என்னும் ஒரு கலவையைத் தயார் செய்து பொருள் சாரம், புலன்களைக் கடந்தது, எல்லையைக் கடந்தது என்பதாக்கி, கடவுள், ஆன்மா, மதம், சம்பிரதாயம், நிகழ்கால சமுதாய அமைப்பு ஆகியவைகளைத் 'தூய' அறிவுடன் நிரூபிக்க முயற்சி செய்தார்.

ஆனால் அறிவையும், பவுதீக ஆராய்ச்சி என்னும் ஆயுதத்தையும் மழுங்கடித்து காண்ட் தனது நோக்கத்தில் வெற்றி பெற்றாரா? அறிவோடும், பவுதீக அனுபவங்களோடும் தொடர்பில்லாதவர்கள், அவர் வெற்றி பெற்றாரென்று தவறாகக் கருதலாம். கார்ல் மார்க்ஸின் சமகாலத்தவரும், ஜெர்மன் கவிஞரும், சிந்தனையாளருமான ஹாயின்ரிக் ஹாயினே, காண்ட் தத்துவம் பற்றிக் கூறுகிறார்:

"காண்டின் பிற்காலத்தில் சிந்திக்கும் அறிவின் எல்லையிலிருந்து கடவுள் வெளியேற்றப்பட்டு விட்டார். கடவுளின் மறைவுச் செய்தி சாதாரண மக்களுக்கு எட்டச் சில நூற்றாண்டுகள் பிடிக்கலாம். ஆனால் நாம் இங்கே காலம் கடந்து கடவுளின் மறைவிற்காகத் துக்கம் அனுஷ்டித்துக் கொண்டிருக்கிறோம். இப்பொழுது அவரவர் வீட்டிற்குப் போவதல்லாமல், துக்கம் கொண்டாடுவதற்கு ஒன்றுமில்லை என்று நீங்கள் நினைக்கலாம்.

"இல்லை, இல்லை. இப்பொழுதே நீங்கள் போகவேண்டாம். நாம் இன்னுமொரு நாடகம் போட வேண்டும். சோக நாடகத்திற்குப் பிறகு நகைச்சுவை நாடகமொன்று நடிக்கவேண்டும்.

"இதுவரை இம்மானுவேல் காண்ட் ஒரு கம்பீரமான, கருணையற்ற தத்துவாளராக நம் முன்னே வந்திருந்தார். அவர் சொர்க்கத்தை அழித்தொழித்து, படைகள் அனைத்தையும் வாள் முனையில் நிர்மூலமாக்கிவிட்டார். அங்கே கருணைக்கு இடமிருக்கவில்லை. அதேபோல் தந்தைக்குச் சமமான சிவத்திற்கும், இன்று அனுபவிக்கும் துன்பங்களுக்கு வருங்காலத்தில் கிடைக்கும் பலனுக்கும் இடமிருக்க வில்லை. ஆன்மாவின் அமரத்துவம் தனது அந்திம காலத்தை

எதிர்பார்த்துக் கொண்டிருக்கிறது. அதன் குரலில் சாவின் எதிரொலி கேட்டுக் கொண்டிருக்கிறது. பாவம் ஒரு கிழவர் அருகில் நின்றிருக்கிறார். அவர் ஒரு வருத்தம் நிறைந்த பார்வையாளராவார். துன்பத்தில் விளைந்த வேர்வையால் அவரது கண்ணிமைகள் தெப்பமாக நனைந்துவிட்டன. கண்களிலிருந்து கண்ணீர் பெருக்கெடுத்தோடிக் கொண்டிருந்தது.

"அப்பொழுது இம்மானுவேல் காண்டின் உள்ளம் கரைந்து போகிறது. அவர் தன்னைத் தத்துவாளர்களில் மாபெரும் தத்துவாளரா கவும், மனிதர்களில் நல்ல மனிதராகவும் வெளிக் காட்டிக்கொள்ள, பாதி பெரிய மனிதத்தன்மையுடனும், பாதி நையாண்டியாகவும் சிந்திக்கிறார்-

"அந்தக் கிழவருக்கு ஒரு கடவுள் தேவை. இல்லாவிட்டால் அவர் மகிழ்ச்சியாக இருக்க மாட்டார். எப்படியாவது இந்த உலகில் மக்கள் மகிழ்ச்சியாக இருக்க வேண்டுமல்லவா. ஒரு சாதாரண நடைமுறை அறிவு இதைத்தானே விரும்புகிறது.

"அப்படியென்றால் சரி! ஒரு சாதாரண அறிவு ஒரு கடவுளையோ அல்லது வேறெதையாவதோ ஏற்றுக் கொள்ளட்டுமே!

"இதன் விளைவாகக் காண்ட் சித்தாந்த ரீதியான அறிவு குறித்தும், நடைமுறை அறிவு குறித்தும் தர்க்கம் செய்கிறார். சித்தாந்த ரீதியான அறிவு பிணமாக்கிவிட்ட கடவுளை அவர் தனது நடைமுறை அறிவால் உயிர் பெற்றெழச் செய்து விடுகிறார்." (Germany, Heine, Works, Vol. V).

முதலில் 'தூய அறிவு' என்று சொல்லி, பின்னர் 'நடைமுறை அறிவு' என்று குறிப்பிட்டுக் காண்ட் செய்த தில்லுமுல்லை ஹாயின் இங்கே வெட்ட வெளிச்சமாக்குகிறார்.

சந்தேக வாதம்

ஹ்யூம் (1711-76): டேவிட் ஹ்யூம், எடின்பரோ நகரில் (ஸ்காட்லாந்து) காண்ட்டுக்கு பதின்மூன்று ஆண்டுகளுக்கு முன்னர் தோன்றினார். அவர் சட்டக் கல்வி பயின்றார். முதலில் அவர் ஜெனரல் சென்ட் கலேரிடமும், பின்னர் லார்ட் ஹார்ட் ஃபோர்டிடமும் செயலாளராக இருந்து, கடைசியில் 1767-69ல் இங்கிலாந்தின் துணை அமைச்சரானார். இவ்விதமாக ஹ்யூம் ஆட்சியாளர் வர்க்கத்தைச் சேர்ந்தவர் மட்டுமல்லாமல், அவரே ஒரு ஆட்சியாளரும்கூட அத்துடன் பணக்கார வர்க்கத்துடன் நெருங்கிய தொடர்பு கொண்டிருந்தார். மத்தியதர வர்க்கத்தையும், மேல்தட்டு வர்க்கத்தையும் சேர்ந்த படித்த எழுத்தாளர்கள், தாம் வர்க்க நலன்களிலிருந்து உயர்ந்தவர்களென்று

காட்டிக் கொள்ள விரும்புகிறார்கள். ஆனால் பார்வையுள்ள எவரும் இதற்கு ஏமாற மாட்டார்கள். அவர்கள் ஒரு சமயம் தெரிந்தும், பல சமயம் தெரியாமலும் தமது வர்க்க நலத்தை ஆதரிக்கின்றனர். இதனாலேயே அவர்கள் தமது வாழ்வை நடத்துகின்றனர். இதற்கு நாம் பிஷப் பர்க்லேயையே எடுத்துக்காட்டாகக் கூற முடியும். அவர் அறிவுக் கண்களில் மண் தூவி, நேரிடையான, அனுமானிக்கத் தகுந்த, அறிவு பூர்வமான பவுதீகச் சக்திகளை நிராகரித்து, கவர்ச்சிகரமான எண்ண முதல்வாதத்தை ஆதரித்தார். மக்கள் உண்மை நிலையை மறந்து, எண்ண முதல் வாதத்தை ஏற்றுக்கொண்டு கண்களை மூடி அசைந்தாடிக் கொண்டிருந்த போது கடவுள், மதம், ஆன்மா தேவ தூதர்களைச் சந்தடியில்லாமல் எதிரில் கொண்டு வந்து நிறுத்தி விட்டார். பர்க்லேயின் இச்செய்கை காண்ட்டின் பார்வைக்குப் பட்டிக்காட்டுத் தனமாகத் தோன்றியது. காண்ட் அதை மேலும் உயர்ந்த நிலைக்கு எடுத்துச் சென்றார். பவுதீக தத்துவம் சாதாரண அறிவால் புரிந்து கொள்ளக் கூடியதாகும். அது ஓரளவுக்கே உண்மையாக இருக்க முடியும். ஆனால் உண்மைத் தத்துவமான 'பொருள் சாரம்' தூய அறிவால் உணரப்படுகிறது. நாம் அறிந்த பொருள்களைவிட, தூய அறிவால் உணரப்படும் பொருள் சாரம் அதிக உண்மையானதாகும். தர்க்கம், அனுபவம், புரிந்துகொள்ளல், சாதாரண அறிவு ஆகியவற்றின் எல்லையைக் குறுக்கி அறிவைக் கடந்த ஒரு பாதுகாப்பான எல்லையைக் காண்ட் உண்டாக்கினார். இந்த அமைதி நிறைந்த, சண்டை சச்சரவுகளற்ற இடத்தில் கடவுள், ஆன்மா, மனம், மதம், சம்பிரதாயம் (தனியுடைமைச் சொத்து, அழுகிப்போன சமுதாய அமைப்பு) ஆகியவற்றைக் கொண்டுபோய் அமர்த்திவிட்டார். இதுதான் காண்ட்டின் ஈடு இணையற்ற 'மேதாவிலாசம்'.

இனி நாம் இங்கிலாந்தின் டோரி ஆட்சியாளரான ஹ்யூமைக் கூடக் காண்போம். காண்ட்டுக்கு முன்னர் விஞ்ஞான வளர்ச்சியின் காரணத்தால் ஏற்பட்ட கருத்துச் சுதந்திர வெள்ளத்திலிருந்து பழைய சம்பிரதாய அஸ்திவாரங்களைப் பாதுகாக்க அப்போதைய தத்துவாளர்களின் முயற்சியை ஹ்யூம் கவனித்தார். யதார்த்த உலகத்தையும், அதன் அப்பட்டமான உண்மைகளையும், த கார்த், லாயிப் நிட்ஜ், பர்க்லே பயன்படுத்திய பழைய ஆயுதங்களைக் கொண்டு எதிர்க்க இயலாதென்பதையும் ஹ்யூம் தெரிந்துகொண்டார். லோகாயத சக்திகளை மறுக்கக் கூடாதென்பதுதான் ஹ்யூமின் கருத்துமாகும். கண் முன்னால் தெரியும் பொருளை மறுத்துவிட்டு, புலன்களுக்குப் புலப்படாத விஷயத்தை- எண்ணத்தை நிரூபிக்கும் பொறுப்பை நாம் ஏன் ஏற்றுக்கொள்ளவேண்டுமென்று அவர் நினைத்தார். ஹ்யூம் முதலாளித்துவ யுக அரசியல்வாதிகளின் ஒரு

நல்ல வழிகாட்டியாவார். அவர் கூறியதாவது: "லோகாயத சக்திகள் நிரூபிக்கப்பட விடாதே! ஆன்மாவை வலியுறுத்தி கடவுள், மதம் போன்றவைகளை நமது சமுதாயத்தில் புரட்சி தோன்றாமலிருக்கவே பிரசாரம் செய்ய வேண்டும். ஆனால் அவை குறித்து நாம் பேசினால் மக்கள் நம்மை சந்தேகக் கண்கொண்டு பார்ப்பார்கள். ஆகவே நம்மை நாம் நடுநிலையாளர்கள் என்று காட்டிக்கொள்ள அவைகளைக் குறித்தும் இரண்டு வார்த்தைகள் தாக்கிப் பேசவேண்டும். நாம் லோகாயத சக்திகள் குறித்து மக்கள் மனதில் சந்தேகத்தை உண்டு பண்ணி விட்டால், வெளியிலிருந்து பகுத்தறிவு ஒளியை நுழைய விடாமல் செய்துவிட்டால் மக்கள் இருளில் மூழ்கி விதியை நம்பி சும்மா கிடப்பார்கள். மேலும் இந்த சந்தேக வாதத்தால் நமக்கு ஏற்படக்கூடிய நஷ்டம் எதுவுமில்லை. இதனால் நமது கிளைவும் இல்லாமல் போகமாட்டார். நமது உணவும், வெண்ணெயும், மதுவும் பொய்யாகப் போவதில்லை.

இப்பொழுது 'நடுநிலையாளரான' ஹ்யூமின் தத்துவத்தைக் கொஞ்சம் கவனியுங்கள்.

1. தத்துவம்: நமது மனத்தில் விழுந்த முத்திரையையே- பண்பாட்டையே- நாம் அறிய முடியும். லோகாயத சக்திகளையோ, அலௌகீக சக்திகளையோ நிரூபிக்கும் உரிமை நமக்கில்லை. புலன்களும், மனமும் எடுத்துக் கொள்ளும் அளவு விஷயங்களையே நாம் அறிந்து கொள்ள முடியும். அவற்றைக் குறித்தும் நாம் நிச்சயமாக எதுவும் சொல்ல முடியாது. இந்த அனுபவத்தைவிட (நேரிடை, ஊகம்) அறிவு பெறுவதற்கான சிறந்த சாதனம் எதுவுமில்லை.

2. தொடுதல்: நமக்குக் கிடைக்கும் அறிவெல்லாம் வெளியுலகப் பொருள்களின் மூலமும், உட்பொருள்களின் ஸ்பரிசத்தினாலும்- முத்திரையாலும் - கிடைக்கிறது. நாம் பார்க்கும்போதும், அனுபவிக்கும் போதும், அன்பு செலுத்தும் போதும், பகைமை பாராட்டும்போதும், விரும்பும் போதும், முடிவு செய்யும்போதும், அதாவது நமது உணர்ச்சிகள், ஆவல்கள், மனோபாவங்கள் முதன் முதலாக ஆன்மாவில் தோன்றும்போது எல்லாவற்றையும்விட ஸ்பரிசங்களே நமது உயிருள்ள தொடர்புகளாகும். வெளிப்புற ஸ்பரிசங்களும், உணர்ச்சி களும் ஆன்மாவிற்குள் புலப்படாத காரணங்களால் தோன்றுகின்றன. உட்புற ஸ்பரிசங்கள் பெரும்பாலும் நமது கருத்துக்களால் வருகின்றன. அதாவது ஒரு ஸ்பரிசம் நமது புலன்களைத் தாக்குகிறது. அப்பொழுது நாம் குளிரையும், வெப்பத்தையும், துன்பத்தையும், மகிழ்ச்சியையும் உணர்கிறோம்.

3. கருத்துக்கள்: ஸ்பரிசங்களுக்கு அடுத்தவையாக அறிவோடு முக்கியமாகத் தொடர்புடையவை கருத்துக்களாகும். (impressions) நமது கருத்துக்கள் பல்வேறு தொடர்பற்ற கலவைகளால் ஏற்பட்ட பொருட்களல்ல. அவை ஒன்றுடன் ஒன்று இணையும்போது ஓரளவுக்கு விதிகளையும், கட்டுப்பாட்டையும் பார்க்கலாம். அவை ஒரு விதமான வரிசைக் கிரமத்தில் காணப்படுகின்றன. அவற்றையே நாம் 'கருத்துத் தொடர்பு' காண்கிறோம்.

4. காரண காரியம்: காரியம் என்பது காரணத்திலிருந்து முற்றிலும் வேறுபட்ட ஒரு பொருளாகும். காரண காரியத் தொடர்பின் அறிவு நமக்கு ஆராய்ச்சியாலும், அனுபவத்தாலும் கிடைக்கிறது. ஒன்றன்பின் ஒன்றாக வருவதுதான் காரண காரியத் தொடர்பாகும். நாம் இங்கே ஒரு நிகழ்ச்சிக்குப் பிறகு மற்றொன்று நிகழ்வதைப் பார்க்கிறோம்.

5. அறிவு: நாம் ஒரு பொருளை உணர்கிறோம். அப்பொருளைப் பற்றிய முழு அறிவு நமக்கிருக்கிறது என்பது தவறாகும். நாம் ஒரு பொருளின் ஒரு பகுதியைத்தான் உணரமுடியும், பொருளின் வெளியுருவம் மட்டுமே- அதுவும் ஒரு பகுதியை மட்டும்- புரிந்து கொள்ள முடியும். தத்துவச் சிந்தனையால் அல்லது ஆன்ம உணர்வால் இன்னும் அதிகமாகப் பொருளைக் குறித்து அறிந்து கொள்ள முடியும் என்பது நடக்காதது. தத்துவ முடிவுகள் ஆராய்ச்சிக்குட்பட்ட சாதாரண வாழ்க்கையின் பிரதிபலிப்புகள் மட்டுமேயாகும். இவ்விதம் நமது அறிவு மேலெழுந்தவாரியானது மட்டுமே. எந்த ஒரு பொருளின் உண்மை நிலையையும் நம்மால் அறிய முடியாது.

6. ஆன்மா: "'எனது ஆன்மா' என்று கூறப்படும் பொருளைப் பற்றிச் சிந்திக்கும்போது எப்பொழுதுமே ஒரு விதமான அல்லது வேறுவிதமான அனுபவம் என் எதிரில் வருகிறது. எப்பொழுதுமே எனது ஆன்மாவை என்னால் பிடிக்க முடிவதில்லை." ஆன்மா குறித்து உள்ளுக்குள் சிந்திக்கும்போது வெப்பமும் குளிரும், இருளும் ஒளியும், அன்பும் பகைமையும், இன்பமும் துன்பமும்- ஆகியவை அனுபவத்திற்கு வருகின்றன. இவை இல்லாமல் 'தூய அனுபவம்' எப்பொழுதுமே கிடைப்பதில்லை. ஆகவே ஆன்மாவை நிரூபிக்க இயலாது.

7. கடவுள்: கடவுளை நேரிடையாகப் பார்க்க இயலாதென்றால், அவர் இருக்கிறார் என்பதற்கு என்ன அத்தாட்சி? கடவுளின் தன்மை, குணம், கட்டளை, எதிர்காலத்திட்டம் ஆகியவை குறித்துச் சொல்ல நம்மிடம் எவ்விதச் சாதனமும் இல்லை. குடத்தைக் கண்டு குயவனைப் பற்றித் தெரிந்து கொள்வதைப்போல், காரியத்தைப் பார்த்து காரணம்

புரிந்து கொள்வதைப்போல் ஊகத்தால் கடவுளை நிரூபிக்க முடியாது. நாம் ஒரு வீட்டைக் காணும்போது, அதைக் கட்டிய மேஸ்திரி அல்லது கட்டிடத் தொழிலாளி இருந்தாரென்னும் திட முடிவுக்கு வருகிறோம். ஏனெனில் நாம் 'வீடு' என்கிற காரியங்கள் 'கட்டிடத் தொழிலாளிகள்' என்கிற காரணங்களால் நிகழ்ந்து கொண்டிருப் பதைக் கண்டோம். ஆனால் 'உலகம்' என்கிற காரியங்கள் 'கடவுள்' என்கிற காரணங்களால் அமைக்கப்படுவதை நாம் கண்டதில்லை. ஆகவே இங்கே 'வீடும் கட்டிடத் தொழிலாளியும்' என்னும் எடுத்துக்காட்டால், நம்மால் கடவுளை நிரூபிக்க இயலாது. கடவுள் முழுமையானவர். நிலையானவர், எல்லையற்றவர், இவைகளை ஒவ்வொரு வினாடியும் பிறந்தும், இறந்தும் கொண்டிருக்கும் மனம் அறிய முடியாதென்று சொல்லப்படுகிறது. அப்படியானால், ஒரு மனம் அடுத்த வினாடி இருப்பதில்லையானால், புதிதாக வரும் மனம், கடவுளின் குறிப்பிட்ட குணம் ஏற்கனவே இருந்ததென்று எங்ஙனம் அறிய முடியும்? மனிதன் தனது குறுகிய அறிவினால் கடவுளைக் கற்பனை செய்யவே முடியாது. அவனுடைய அறிவீனத்தைக் கொண்டு கடவுளைக் கற்பனை செய்யச்சொல்லி அவனைக் கட்டாயப் படுத்தினால், அதைத் தத்துவ இயல் என்று எப்படிக் கூறுவது?

உலகத் தன்மையை ஆராய்வதைக் காட்டிலும், கடவுள் தன்மையை ஆராய்வது லாபகரமான செயலல்ல. காரியத்தின் தன்மையை ஒட்டியே, நாம் காரணத்தின் தன்மையை அனுமானிக்க முடியும். காரிய உலகம், எல்லையற்றதல்ல; எல்லைக்குட்பட்டது. அது அனாதியானதல்ல; இடையிலே தோன்றியது. ஆகவே கடவுளையும் எல்லைக்குட்பட்டவராகவும், இடையில் தோன்றியவராகவுமே கருதவேண்டும். உலகம் முழுமையானதல்ல; அது அரைகுறையானதும், கொடுமையானதும், சண்டை சச்சரவுகள் நிறைந்ததும், ஏற்றத் தாழ்வுகள் மண்டிக் கிடப்பதுமாகும். கடவுளுக்கு அனந்த காலத்தி லிருந்து சிறந்த உலகைப் படைக்கும் அரிய வாய்ப்புகள் கிடைத்தும், நாம் இன்று இவ்வளவு மோசமான உலகைப் பார்க்கிறோம். இப்படிப் பட்ட உலகத்தின் காரண கர்த்தாவான கடவுள், இந்த உலகத்தைவிட நிறைவற்றவராகவும், கொடியவராகவும், போர்களையும் ஏற்றத் தாழ்வுகளையும் விரும்புபவராகவும் இருக்கலாம்.

மனிதன் உடலாலும், உள்ளத்தாலும் குறுகிய சக்தி படைத்தவன். ஆகவே நன்னடத்தை, துர்நடத்தை போன்ற குற்றங்குறைகளையும் நாம் அவனுள் பார்க்கக்கூடாது. காரணம் அவன் பாவம், கடவுளால் படைக்கப்பட்டவன்தானே.

8. மதம்: ஊகம், ஆவல் அல்லது உண்மையினிடத்தில் தூய அன்பும்கூட மதத்தையும், தூய அன்பையும் தோற்றுவிக்கின்றன. ஆனால் மகிழ்ச்சிபெற வேண்டுமென்ற பெருங்கவலை, எதிர்காலத் துன்பங்களின் அச்சம், பழிக்குப்பழி வாங்க வேண்டுமென்னும் தீவிர உணர்ச்சி, உணவு, உடை மற்ற பொருள்களைப் பெற வேண்டுமென்ற வேட்கை ஆகியவைகளில் இருந்தே மதமும், கடவுள் நம்பிக்கையும் முக்கியமாகத் தோன்றுகின்றன.

ஹ்யூம், பர்க்லே, காண்ட் போன்றோரின் கருத்துக்களைக் கடுமையாகத் தாக்கினாலும், மதத்திற்குத் தத்துவ இயலை அடிமை யாக்குவதை எதிர்த்தாலும், அறிவு என்பதை நம்மால் அடைய முடியாதென்று எண்ணியதால், அவரால் ஒரு கருத்தாழமிக்க தத்துவ இயலை அளிக்க முடியவில்லை. சந்தேகத்தை வெளிப்படுத்துவது மட்டும் தத்துவ இயலின் நோக்கமாக இருக்கக்கூடாது. ஏனெனில் வாழ்க்கை இருப்பதைப் பற்றிச் சந்தேகத்திற்கே இடமில்லை.

லோகாயத வாதம்

பதினெட்டாம் நூற்றாண்டில் லோகாயதவாதக் கருத்துக்களும், சமுதாய மாறுதலைக் குறித்த எண்ணங்களும் வலுவடைந்து கொண்டிருந்தன என்பதை ஏற்கனவே கூறியுள்ளோம். இந்நூற்றாண்டில் லோகாயதத் தத்துவ இயலாளர்களும் பெருமளவில் தோன்றினார்கள். அவர்களில் முக்கியமானவர்கள் ஹார்ட்லி, லாமேத்ரி, ஹல்வேஷியஸ், தாஅலேம்ப்யா, த ஹோல்பாக், தீதேரோ, ப்ரீஸ்ட்லி, கபானி.

லோகாயத வாதம் தத்துவ மேதைகளின் முயற்சிகளை மட்டுமே சார்ந்திருக்கவில்லை. அக்கால விஞ்ஞானிகளின் சொந்தக் கருத்துக்கள் எப்படியிருந்தாலும், விஞ்ஞானம் முழுவதுமே லோகாயதத் தன்மை யைப் பெற்றிருந்தது. விஞ்ஞானம் என்னும் ஒரு ஆயுதம் மட்டுமே தத்துவாளர்களின் ஆயிரக்கணக்கான கற்பனா வாதங்களைத் தவிடுபொடியாக்கப் போதுமானதாக இருந்தது. ஆகவே பதினெட்டாம் நூற்றாண்டின் லோகாயத வாதம் அதைச் சேர்ந்த தத்துவாளர்களின் எண்ணிக்கை அதை ஆதரித்த கல்வியாளர்களின் எண்ணிக்கை ஆகியவைகளைச் சார்ந்திருக்கவில்லை.

ஹார்ட்லி மன இயலை உடலின் ஒரு பகுதியென்றே கருதினார். த கார்த் கடவுள் நம்பிக்கையுடைய தீவிர கத்தோலிக்க கிருத்துவராக இருந்தாலும், பிரான்ஸில் அவருக்குத் தெரியாமலேயே லோகாயதக் கருத்துக்கள் பரவுவதில் துணை புரிந்தார். கீழ்த்தர உயிர்கள் வெறும் நடமாடும் இயந்திரங்கள் மட்டுமே என்பது த கார்த்தின் கருத்தாகும். உயிர்களின் எல்லா உறுப்புகளும் அதனதன் இடத்தில் சரியாக

அமைந்திருந்தால், அவற்றுக்கு ஆன்மா இல்லாவிட்டாலும், வெறும் புலன்களால் உண்டாகும் உணர்ச்சியினால் மட்டுமே நடமாட முடியும். இதைக்கொண்டே லாமேத்ரி, மற்ற பிரெஞ்சு லோகாயத வாதிகள் ஆன்மா என்பது அவசியமற்றதென்பதை நிரூபித்தனர். எல்லா உயிருள்ள பொருள்களுமே லோகாயத சக்திகளாலான நடமாடும் இயந்திரங்களே என்றும் அவர்கள் கூறினர். "மற்ற உயிர்கள் அனைத்துமே த கார்த்தின் கூற்றுப்படி ஆன்மா இல்லாமலேயே நடமாடவும், சிந்திக்கவும் முடியும் என்றால், மனிதர்களுக்கு மட்டும் ஆன்மா ஏன் இருக்க வேண்டும்? எல்லா உயிர்களும் ஒரேவிதமான வளர்ச்சி விதிகளைக் கடைப்பிடிக்கின்றன; வளர்ச்சியின் தரத்தில் மட்டுமே வித்தியாசம் உள்ளது" என்று லாமேத்ரே கூறினார். கபானியின் நூல்கள் பிரான்ஸில் லோகாயத வாதத்தைப் பரப்புவதில் பெரும் பங்கு வகித்தன. அவருடைய எத்தனையோ பழமொழிகள் புகழ்பெற்றவையாகும். "உடலும், ஆன்மாவும் ஒரே பொருளாகும்". "மனிதன் பகுத்தறிவு மூடடையாவான்", "பித்தக்குழாய் பித்த ரசத்தை உற்பத்தி செய்வதைப் போலவே, மூளை எண்ணங்களை உற்பத்தி செய்கிறது." "பவுதீக விதிகள் மானசீக, நடைமுறை நிகழ்ச்சிகளுக்கும் பொருந்தும்."

லோகாயத வாதத்தால் கடவுள், மறு உலகம் ஆகியவை குறித்துப் பயமில்லாமல் போவதால், உலகில் நல்லொழுக்கம் இல்லாமல் போய்விடுமென்று அது கண்டிக்கப்படுகிறது. மக்கள் தன்னல வாதிகளாகி, மற்றவர்கள் செல்வங்களைக் கொள்ளையடிக்கவும் துணிந்து விடுவார்களென்று லோகாயதவாதம் ஆட்சேபிக்கப்படுகிறது. ஆனால் பதினெட்டாம் நூற்றாண்டு, லோகாயத வாதிகளின் நன்னடத்தையால் இக்குற்றச்சாட்டுக்குச் சரியான பதிலளித்தது. இந்த லோகாயதவாதிகள் எல்லோரைக் காட்டிலும், தனியுடைமையையும், சமுதாய ஏற்றத்தாழ்வுகளையும் எதிர்ப்பவர்களாக இருந்தனர். அவர்கள் தனி நபர் நல்வாழ்வுக்காக நிற்காமல், சமுதாயம் பூராவின் நல்வாழ்விற்காக நின்றனர். "எழுச்சியூட்டப்பட்ட ஆத்மாவின் தன்னலம், ஒழுக்கத்தின் சிறந்த திடமான அடிப்படையாக முடியும்" என்று ஹெல்விஷியோ கூறினார்.

அத்தியாயம் நான்கு

பத்தொன்பதாம் நூற்றாண்டுத் தத்துவாளர்கள்

பதினெட்டாம் நூற்றாண்டு விஞ்ஞானத்தின் தொடக்கக் காலமாகும்; ஆனால் பத்தொன்பதாம் நூற்றாண்டோ விஞ்ஞானத்தின் வளர்ச்சியிலும், இயக்கத்திலும் எவ்வளவோ முன்னேறிப் போய் விட்டது. இப்பொழுது விஞ்ஞானம் ஒரு சிறு மலையருவியாக இல்லாமல், ஒரு பெரும் நதியாக மாறி விட்டிருந்தது. இப்பொழுது அதற்குத் தத்துவ இயலின் ஒத்துழைப்பு தேவையில்லை. அதற்குப் பதிலாகத் தத்துவ இயலே தனது மதிப்பை நிலைநாட்டிக் கொள் வதற்காக, விஞ்ஞானத்தின் உதவியை நாடிற்று. தத்துவ இயல் விஞ்ஞானத்தின் சம்மதமில்லாமல்கூட அதன் உதவியை ஏற்றுக் கொள்ளத் தயங்கவில்லை.

பத்தொன்பதாம் நூற்றாண்டில் வான இயல் கோள்களையும், துணைக் கோள்களையும் கடைபிடித்ததோடு, சூரியன் இருக்கும் தூரத்தையும் சரியாகத் தெரிந்து கொண்டனர். ஸ்பெக்ட்ர ஸ்கோப்பின் உதவியால் (வண்ண ஒளி தொலை நோக்கியின் உதவியால்) சூரியனிலும், நட்சத்திரங்களிலும் உள்ள பவுதீகசக்திகளும், அவற்றின் வெப்பமும், கனபரிமாணமும் தெரிய வந்தன. நட்சத்திரங்கள் குறித்து நிலவி வந்த பல தவறான கருத்துக்களும், மூடநம்பிக்கைகளும் இதனால் மறைந்து விட்டன.

கணிதத் துறையில் லோபாசெஸ்கி, ரீமான் போன்றோர் ஒகலேதிஸ்ஸை விட வேறுபட்டதும், மேம்பட்ட ஜியாமெட்ரி கணிதத்தைக் கண்டுகொண்டனர்.

பவுதீக விஞ்ஞானத்தில் யூல், ஹெல்மஹோல்ட்ஜ், கெல்வின் எடிங்டன் ஆகியோர் புதிய கண்டுபிடிப்புகளைக் கண்டுபிடித்தனர். விஞ்ஞானிகள் பரமாணுக்களைக் கண்டுபிடித்ததுடன், தாம்ஸன் பரமாணுக்களைப் பிளந்து எலெக்ட்ரானைக் கண்டுகொண்டார்.

மின்சாரம் கண்டுபிடிக்கப்பட்டது மட்டுமல்லாமல், இந்த நூற்றாண்டின் இறுதிக்குள் அது தெருக்களையும், இல்லங்களையும் ஜெகஜோதியாக ஒளிபெறச் செய்துவிட்டது.

ரசாயன இயலில் பரமாணுக்களை அளக்கவும், நிரக்கவும் முடிந்தது. ஜலவாயுவை படிக்கல்லாகப் பயன்படுத்தி, பரமாணுக்களின் பளு முதலியன கண்டுபிடிக்கப்பட்டன. 1828-ல் வோலர் உயிரினங்களில் மட்டுமே இருக்கக்கூடிய யூரியாவை ரசாயன சாலையில் செய்கையாக உற்பத்தி செய்து, பவுதீக விதிகள் உயிரினங்களிலும், உயிரற்ற பொருட்களிலும் ஒரே மாதிரியாகச் செயல்படுமென்பதை நிரூபித்தார். அந்நூற்றாண்டுத் துவக்கத்தில் சுமார் 30 ரசாயன மூலகங்கள் மட்டுமே தெரிந்திருந்தன. ஆனால் நூற்றாண்டின் கடைசியில் அவற்றின் எண்ணிக்கை 80 வரையிலும் பெருகிவிட்டது.

உயிரியலில் மிகவும் சூட்சுமமான பாக்டீரியாக்களும் மற்ற கிருமிகளும் கண்டுபிடிக்கப்பட்டன. இதனால் விஞ்ஞானத்துறை வளர்ந்ததோடு பாஸ்டோரின் இக்கண்டுபிடிப்புகள் காயங்களை ஆற்றுவதிலும், டப்பாக்களில் அடைக்கப்பட்ட உணவு வகைகளைத் தயாரிப்பதிலும் பேருதவி புரிந்தன. டேவி மயக்க மருந்தைக் கண்டுபிடித்து, மருத்துவத்தில் அறுவை சிகிச்சை செய்பவர்களின் காரியத்தைச் சுலபமாக்கி விட்டார். இந்த நூற்றாண்டு மத்தியில் டார்வினுடைய 'உயிர் வளர்ச்சி' சித்தாந்தம் மனிதச் சிந்தனையில் பெரும் புரட்சியை உண்டு பண்ணிவிட்டது. அது உயிருள்ளவைகளின் எல்லைகளையும், உயிரற்றவைகளின் எல்லைகளையும் அருகருகே கொண்டு வந்துவிட்டது.

இவ்விதமாகப் பத்தொன்பதாம் நூற்றாண்டு உலகம் பற்றிய மனிதச் சிந்தனையில் மாபெரும் மாற்றத்தை ஏற்படுத்தி விட்டதுடன், லோகாயத வாதத்திற்கும் பேருதவி புரிந்தது. ஆனால் 'தத்துவ அறிஞர்கள்' என்று கூறப்பட்டவர்களுக்கு மட்டும் பல சங்கடங்களைத் தோற்றுவித்துவிட்டது. இதேபோல் ஃபிக்டே, ஹெகல், ஷோபன்ஹார் போன்ற எண்ண முதல் தத்துவ மேதைகள் லோகாயத வாதத்தையும் மிஞ்சிய விஞ்ஞான சித்தாந்தத்தைக் கண்டுபிடிக்க முயற்சி செய்தனர். ஷெல்லிங், நீட்ஷே போன்றோர் பகுத்தறிவு வாதத்தின் துணை கொண்டு லோகாயத வாத வெள்ளத்தைத் தடுத்து நிறுத்த விரும்பினர். ஸ்பென்ஸர் ஹ்யூமின் தத்துவத்தைச் சிரமேற்கொண்டு தனது சித்தாந்தத்தால் அக்காலச் சமுதாயத்தின் பொருளாதார கலாசார அமைப்பினை அப்படியே நிலைநிறுத்த முயற்சித்தார். ஆனால் இதே நூற்றாண்டிற்கு கார்ல் மார்க்ஸைப் போன்ற மாபெரும் தத்துவ மேதையைத் தோற்றுவித்த பெருமையும் கிடைத்தது. அவர்

விஞ்ஞானத்தின் துணை கொண்டு தனது தத்துவ இயலைச் சிறந்த முறையில் அமைத்தார். அதன் மூலம் மார்க்ஸ் சமுதாயத்தையே மாறக்கூடிய சாதனமாக தத்துவ இயலை ஆக்கினார்.

எண்ணமுதல்வாதம்
ஃபிக்டே (1765-1814)

யோஹன் காட்லீப் ஃபிக்டே ஜெர்மனியிலுள்ள சாக்ஸனியில் ஒரு ஏழை நெசவாளர் குடும்பத்தில் பிறந்தார்.

பரம தத்துவம்: காண்ட் பெருமுயற்சி செய்து 'பொருள்சாரம்' ('பொருள் தனக்குள்') புரிந்து கொள்ளமுடியாததென்று நிரூபித்தார். ஃபிக்டே கூறியதாவது: " 'பொருள்சாரம்' என்பதும் மனத்தைக் கடந்ததல்ல; மனத்திலிருந்தே பிறந்ததாகும். 'எல்லா அனுபவங்களுமே மனத்தின் உருவங்கள்' மட்டுமல்ல; அவை 'பரம ஆத்மா'விலிருந்து தோன்றியவையாகும். உற்பத்தியில் தனி நபர் மனங்களும் பங்கெடுத்துள்ளன." 'பரம ஆத்மா' தன்னை 'அறிந்தது' (ஆத்மா) என்றும், 'அறிய வேண்டியது' (விஷயம்) என்றும் பிரித்துக்கொண்டது, ஏனெனில் ஆன்மாவின் நடைமுறை வளர்ச்சிக்கு, ஆன்மா தனது நடைமுறை முயற்சியால் கடக்கக்கூடிய தடுப்புப் பொருள்கள் தேவையாகும். இக்காரணங்களாலேயே பரம ஆன்மா பல்வேறு ஆன்மாக்களைப் பிரியவேண்டியதாகிறது. அப்படியில்லாவிட்டால் அவை தத்தமது கடமைகளை நிறைவேற்ற முடியாது. ஆன்மாக்கள் பல்வேறாக இருப்பினும், அவை ஒரேயொரு 'நடைமுறை அமைப்பின்' வெளிப்பாடுகளே யாகும். அதை நாம் பரம தத்துவம் அல்லது கடவுள் என்கிறோம். ஃபிக்டேவின் பரம தத்துவம் நிலையானதல்ல; உயிருள்ளதும், அசைவுள்ளதுமாகும்.

ஒவ்வொரு தத்துவாளரும் தனது மனத்திலிருந்து கடவுளைத் தோற்றுவிக்க விரும்புகின்றனர். ஆனால் பாவம் அவரை அபாயத்திலிருந்து பாதுகாப்பதே எல்லாருடைய முயற்சியாக இருக்கிறது.

1. பக்தி தத்துவம்: தவறாமல் பின்பற்ற வேண்டிய நடைமுறை விதிகளைப் பற்றி காண்ட் கூறுகையில், அவற்றை நம்புவதால் சந்தேகவாதம், லோகாயதவாதம், தலைவிதி தத்துவம் (Determinism) ஆகியவற்றிலிருந்து தப்பித்துக் கொள்கிறோமென்று சொன்னார். நாம் நடைமுறை அமைப்பை நம்புவதால், அதை நாம் அறிகிறோம். இந்த நடைமுறை உண்மை நம்மை சுதந்திர புருஷர்களாக்குகிறது. அது நமது சுதந்திரத்தை வலியுறுத்துகிறது. காண்ட், ஃபிக்டே ஆகியோரின் தத்துவப்படி, நாம் பகுத்தறிவைப் பொருட்படுத்தாமல் ஆழமான நம்பிக்கையைக் கொண்டால் நமது சுதந்திரத்தை அடைய முடியும்.

ஆனால் நம்புவதற்கும், நம்பாமல் இருப்பதற்கும் நமக்கு சுதந்திரம் இருக்கிறது. நாம் இரண்டாயிரம், மூவாயிரம் ஆண்டுகளுக்கு முன்னர் ஒரு சிலரால் தமது தன்னலத்தைப் பாதுகாத்துக் கொள்வதற்காகச் செய்து கொள்ளப்பட்ட நடைமுறை விதிகளை ஒப்புக் கொள்ளா விட்டால், நமது சுதந்திரத்தை இழந்து விடுவோமாம். நமது சுதந்திரத்தின் 'மாபெரும் எதிரிகள்' சந்தேக வாதமும் லோகாயத வாதமுமாகும். அவையிரண்டும் 'சுதந்திரத்'தின் ஒரே வழியான நம்பிக்கையை (பக்தியை) பயங்கரமாகத் தாக்கி, நம்மைப் பகுத்தறிவுப் பாதையிலும், அனுபவப் பாதையிலும் வீறுநடைபோடத் தூண்டு கின்றன. மூளை பயப்பட வேண்டிய அவசியமில்லை. மூளைக்கு உதவி புரிவது 'தத்துவ இயலின்' நோக்கமல்ல. அதற்குப் பதிலாக அதைக் குழப்பத்திலாழ்த்திக் களைப்படையச் செய்து ஓரிடத்தில் உட்கார்த்தி விடுவதுதான் அதன் நோக்கம். தமது மூளை யதார்த்த உலகத்தையும் அதன் பரந்த அனுபவத்தையும் விட்டுவிட்டால், 'தத்துவாளர்' தமது முயற்சியில் வெற்றி பெற்றாற்போலத்தான்!

2. பகுத்தறிவு வாதம்: விஞ்ஞான யுகத்தில் ஃபிக்டே விஞ்ஞானத் தையும், ஆராய்ச்சியையும் அனுபவத்தையும் மறுத்தாரானால், அவருடைய தத்துவ இயல் நகைப்புக்குரியதாகி விடும். ஆகவே அவர் தத்துவ இயலைச் சர்வ தேசிய விஞ்ஞானமென்றும், விஞ்ஞானங் களுக்கு விஞ்ஞானமென்றும் கூறினார். அனுபவத்தையும், பகுத்தறி வையும் முதலில் கொன்றுவிட்டு ஃபிக்டே சொன்னார்: தத்துவ இயல் அனுபவத்துடன் இணையவில்லையானால், அது பொய்யானதாகி விடும். ஏனெனில் தத்துவ இயலின் பணியே அனுபவத்தின் உருவத்தை வெளிக் கொணர்வதாகும்; பகுத்தறிவால் அதை விளக்குவதாகும். பரம ஆத்மாவை மட்டுமே ஒரேயொரு பரம தத்துவமாகக் கருதுபவர். 'நடைமுறை' நம்பிக்கையின் (பக்தியின்) சுதந்திரத்தை மட்டுமே ஒவ்வொரு சித்தாந்தமாக எண்ணுபவர் அனுபவத்தையும் பகுத்தறி வையும் பற்றிப் பேசினால், அது மக்களை ஏமாற்றுவதைத் தவிர வேறல்ல.

3. ஆன்மா: 'ஆன்மா' என்பது பரம ஆத்மாவிலிருந்து வந்த தென்பதை ஏற்கனவே கூறினோம். ஆன்மா பரம ஆத்மாவின் செயல்பாட்டின் வெளிப்பாடேயாகும். ஆன்மாவிற்கு எல்லைகள் இருக்கின்றன. எண்ணத்தில் அது புலன்களையும் சிந்தனையையும் தாண்டிப் போக முடியாது. நடைமுறையில் அது பரம ஆத்மாவின் உலக நோக்கைக் கடந்து செல்ல முடியாது.

4. கடவுள்: கடவுள் ஒரேயொரு பரம தத்துவம் அல்லது பரம ஆத்மா என்பதை ஏற்கனவே கூறினோம். நடைமுறை அமைப்பை

காண்டைப் போன்றே ஃபிக்டேவும் எவ்வளவு பலமாக வலியுறுத்தி னாரென்பதையும் எடுத்துச் சொன்னோம். நடைமுறை அமைப்பை ஸ்திரமாக வைத்திருக்க ஒரு உலக நோக்கம் அல்லது கடவுள் தேவை. உண்மையைச் சொல்ல வேண்டுமானால், ஆளும் வர்க்கத்தின் சுயநல அமைப்பான 'நடைமுறை அமைப்பை'ப் பகுத்தறிவினாலோ, அனுபவத்தினாலோ ஆதரிக்க இயலாது. அதை ஆதரிக்கக் கடவுளின் துணை தேவை. இதை மேலும் விளக்கிக் கூறும்போது ஃபிக்டே, நடைமுறை அமைப்பிற்கு மத நம்பிக்கையும் மிகமிக அவசிய மென்கிறார். உலகம் முழுவதுமுள்ள நடைமுறை அமைப்புகள் (மத விதிகள்) அவற்றைக் கண்ணை மூடிக் கொண்டு நம்பாவிட்டால், ஒரு நிமிடமும் நிலைத்திருக்காது. அந்தராத்மாவின் குரல் எல்லா நம்பிக்கைகளுக்கும், உண்மைகளுக்கும் உரைகல்லாகும். அது பிரமைகள் எதுவுமில்லாதது. அந்தராத்மாவின் குரல் நம்முள் கடவுளின் குரலாகும். ஆன்மீக உலகிற்கும் நமக்குமிடையே கடவுள் நடுநிலை யாளராக இருக்கிறார். அவர் அந்தராத்மாவின் குரலின் உருவில் தனது செய்தியை அனுப்புகிறார்.

ஹெகல் (1717-1831)

ஜார்ஜ் வில்ஹெல்ம் பிரடெரிக் ஹெகல் ஸ்டட்கர்டில் (ஜெர்மனி) பிறந்தார். டுவ்ங்கன் பல்கலைக்கழகத்தில் அவர் மத இயலையும், தத்துவ இயலையும் பயின்றார். முதலில் ஜெனோவில் பேராசிரியரா கவும், பின்னர் 1806-1808 வரை பம்பெர்கில் ஒரு செய்திப் பத்திரிகையின் ஆசிரியராகவும் இருந்தார். அதன் பின்னர் அவர் மீண்டும் ஆசிரியர் தொழிலை ஏற்றுக்கொண்டு முதலில் ஹைடல்பர்க்கிலும், பிறகு பெர்லினிலும் பேராசிரியராகப் பணியாற்றினார். 61-வது வயதில் ஹெகல் காலரா நோய்க்குப் பலியானார்.

(வளர்ச்சி): புது யுகத்தில் ஆரம்பமான லோகாயத வாதத்திற்கு எதிரான தத்துவ இயல் வெள்ளம், ஹெகல் தத்துவ இயல் உருவத்தில் பெருக்கெடுத்தோடிற்று. அவரது தத்துவ இயல் வளர்ச்சிக்கு பிளாட்டோ, அரிஸ்டாட்டில், ஸ்பினோஜா, காண்ட் ஆகியோர் பேருதவி புரிந்தனர். 'எண்ணம் (மனம்) உலகம் முழுவதையும் படைக்கிறது' என்பதை ஹெகல் காண்டிடமிருந்து பெற்றுக் கொண்டார். நமது தனித்தனி மனங்கள் (எண்ணங்கள்) உலக மனத்தின் அம்சங்களேயாகும். அந்த உலக மனமே நம் மூலமாக உலகைத் தோற்றுவிக்கத் தியானம் செய்கிறது. 'ஆன்மீக சக்திகளும், லோகாயத சக்திகளும் அந்த ஒரு அனாதியான சக்தியின் இரண்டு உருவங்கள்' என்பதை ஹெகல் ஸ்பினோஜாவிடமிருந்து கற்றுக் கொண்டார். அவர் பிளாட்டோவிடமிருந்து கீழ்க்கண்டவைகளை எடுத்துக்

கொண்டார். (1) மனம், சாதாரண மனம், நடைமுறை மதிப்பு நிறைந்த முழுமையான உலகம்தான் யதார்த்தமான உலகமாகும். புலன்களின் உலகம் அந்த எல்லை கடந்த ஆன்மீக உலகத்தின் படைப்பாகும். (2) ஆன்மீக உலகம் (பரம தத்துவம்) சுயேச்சையாகக் குறுகியதன் விளைவே லோகாயத உலகமாகும். அதாவது, அது ஆன்மீகத் தத்துவத்தின் உயர்ந்த இடத்திலிருந்து வீழ்ச்சியடையும். ஆனால் அந்த எண்ண முதல்வாத வீழ்ச்சியுடன் கூடவே ஹெகல், அரிஸ்டாட்டிலின் ஆன்மீக வளர்ச்சியையும் எடுத்துக் கொள்ள விரும்பினார். அதாவது உலகம் எடுத்து வைக்கும் ஒவ்வொரு அடியும் உயர் வளர்ச்சியை நோக்கி அதை இட்டுச் செல்கிறது. இந்த இயக்க இயல் வளர்ச்சி (Dialectical Evolution) தத்துவமே ஹெகல் அளித்த சிறந்த அன்பளிப்பாகும்.

1. தத்துவ இயலும் அதன் பயனும்: இயற்கையின் மூலமும், அனுபவ ஆராய்ச்சியின் மூலமும் உலகம் எப்படி உள்ளதோ, அப்படியே அதை அறிந்து கொள்ளுவதுதான் தத்துவ இயலின் பணி என்பது ஹெகலின் கருத்தாகும். உலகத்திற்குள்ளிருக்கும் காரணத்தை ஆராய்வதும் புரிந்து கொள்வதும் தத்துவ இயலின் நோக்கமாகும். உலகத்தின் வெளிப்புற உருவங்களை மட்டுமல்லாமல், இயற்கைக்குள் இருக்கும் அனாதிசாரத்தையும் இணைக்கும் தன்மையையும் தெரிந்து கொள்வதும்கூட அதன் வேலையாகும். உலகத்திலுள்ள எல்லாப் பொருட்களுக்குமே ஒரு நோக்கம் இருக்கிறது. உலகத்தின் நிகழ்ச்சிகள் அறிவு பூர்வமானவை. கோள்களும், துணைக்கோள்களும், சூரிய மண்டலமும், பகுத்தறிவுக்கொவ்வும் விதிகளுக்குட்பட்டு இயங்கு கின்றன. உயிரும், உடலும் ஒரு நோக்கமுடனும், பொருள் பொதிந்தும், அறிவு பூர்வமானவையாகவும் இருக்கின்றன. யதார்த்தநிலை, தனக்குள் அறிவு பூர்வமாக இருக்கிறது. இதனாலேயே நமது சிந்தனையையும், பகுத்தறிவுச் செயலையும் நாம் அறிவுபூர்வமான நிகழ்ச்சிகளாகப் பார்க்கிறோம். இயற்கையை ஆழ்ந்து கற்றறிவதே தத்துவ இயலின் பணியாக இருப்பதால் இயற்கையுடன் அதுவும் வளர்ச்சியடைந்தே போய்க் கொண்டிருக்கிறது.

2. பரம தத்துவம்: காண்ட் கூறிய புரியாத பொருள் சாரத்தையும், பரம தத்துவத்தையும் ஒப்புக்கொள்ள ஹெகல் மறுத்துவிட்டார். அதற்குப் பதிலாக மனமும் (எண்ணமும்) லோகாயத இயற்கையுமே பரம தத்துவங்களென்றும், இயற்கை ஏதோவொரு புரியாத பரமாத்ம தத்துவத்தின் வெளிப்பாடு அல்லவென்றும், அதுவே பரம தத்துவ மென்றும் கூறினார். மனமும், லோகாயத சக்திகளும் இரண்டு வெவ்வேறு பொருள்களல்ல. ஒரே பரம தத்துவத்தின் பிரிக்க முடியாத பகுதிகள். மனத்திற்குத் தன்னுடைய முத்திரையைப் பதிக்க ஒரு பவுதீக

உலகம் தேவை. ஆனால் பவுதீக உலகமும் மனோமயமானதேயாகும் (Rational) "யதார்த்தமும் மனோமயமாகும். மனோமயமும் யதார்த்த மாகும்."

*3. **இயக்க இயல் பரம தத்துவம்:*** பரம தத்துவம் லோகாயத உலகத்திலிருந்தும், மனோ உலகத்திலிருந்தும் வேறுபட்டதென்பதை ஹெகல் பரந்த அர்த்தத்தில் பயன்படுத்துகிறார். பரம தத்துவம் ஜடமாக இருப்பதல்ல; அது இயங்கிக் கொண்டே இருப்பதாகும். உலகம், வினாடிக்கு வினாடி மாறிக்கொண்டே இருக்கிறது. கருத்து, பகுத்தறிவு, உண்மை, ஞானம், இயங்கும் நிகழ்ச்சி ஆகியவை வளர்ச்சியின் வரிசையாகும், வளர்ச்சி கீழிருந்து மேல் நோக்கி நடந்து கொண்டிருக்கிறது. ஒரு பொருள்- அது உயிருள்ளதோ உயிரில்லாததோ கீழ்த்தர விலங்குகளானாலும், உயர்தர விலங்குகளானாலும், தற்பொழுது அவை வளர்ச்சியற்றும், சிறப்பில்லாமலும் இருக்கின்றன. அவை பின்னர் பிரிந்து பல்வேறு உருவங்களெடுக்கின்றன. கர்ப்பம் வளர்ச்சி யடைவதிலும், அணுக்கள் வளர்ச்சியிலும் இதை நாம் காணலாம். இந்தப் பல்வேறு உருவங்கள் தொடக்க நிலையில், வளர்ச்சியடையாத நிலையில், ஒட்டியும், சிறப்பில்லாமலும் இருந்தாலும், இப்பொழுது அவை ஒன்றுடன் ஒன்று மாறுபட்டிருப்பதுடன், எதிரிகளாகவும் ஆகிவிடுகின்றன. இந்த எதிரிகள் மாறுபட்ட குணங்களாலும், செயல் களாலும் தமக்குள்ளேயே சண்டையிட்டுக் கொண்டிருக்கின்றன. ஆனால் அவற்றை ஒன்றாகப் பார்க்கும்போது ஒரே உருவகமாகவே இருக்கின்றன. அந்த ஒரே உருவத்தின் பகுதிகளே இவை எல்லாம். இதன் பொருள் யதார்த்த நிலை தனக்குள் முரண்பாட்டையும் எதிர் சக்திகளையும் வரவேற்கிறது. பொருள்களின் அந்தரங்க 'விருப்ப'த்தின் விளைவே மேல் நோக்கிய வளர்ச்சியாகும். இப்படிப்பட்ட வளர்ச்சி கீழ்நிலையின் நோக்கமும் பொருளும் உண்மையுமாகும். கீழ் நிலையில் மறைந்தும், தெளிவில்லாமலும் இருப்பது, உயர்நிலையில் தெளிவான தாகவும் ஆகிவிடுகிறது. வளர்ச்சிப் பிரவாகம் தன்னுடைய ஒவ்வொரு நிலையிலும், தனது எல்லாப் பழைய நிலைகளையும் கொண்டிருக்கும். அது வரவிருக்கும் எல்லா நிலைகளையும் சூசகமாகத் தெரிவிக்கும் உலகம் தனது ஒவ்வொரு நிலையிலும் கடந்த காலத்தின் உற்பத்தி யாகவும், எதிர்காலத்தின் குரலாகவும் இருக்கிறது. கீழ்நிலை உயர்நிலையை அடையும்போது எதிர்மறையானதாகி (Nagated) விடுகிறது. அதாவது அது இதற்குமுன் இருந்ததைப்போல் இப்பொழுது இருப்பதில்லை என்றாலும் பழைய நிலை உயர்நிலையாகப் பத்திரப் படுத்தப்பட்டிருக்கும். இந்தக் கீழிலிருந்து மேல் நோக்கிச் செல்வதானது, மற்றொரு எதிர்மறை நிலைக்குக் கொண்டு செல்கிறது. ஒரே இடத்தி லிருந்து இரண்டு பாதைகள் பிறக்கின்றன. ஆனால் பின்னர் அவற்றின்

திசைகள் வெவ்வேறாகி ஒன்றிலிருந்து மற்றொன்று முரண்பட்டு விடுகிறது. நீரின் இயக்கம் அதைப் பனிக்கட்டியாக மாற்றிச் சலனத்திற்கு எதிராக கடினமானதாகவும், நிலையானதாகவும் ஆக்கிவிடுகிறது. பழையதாகவும், நிலையானதாகவும் ஆக்கிவிடுகிறது. பழைய நிலையிலிருந்து அதற்கு நேர் எதிரிடையான நிலையில் மாறி விடுவதையே ஹெகல் 'இயக்க இயல் நிகழ்ச்சி' என்கிறார்.

(இயக்க இயல் தன்மை): முரண்பாடும், எதிர்ப்புத் தன்மையும் எல்லாவிதமான வாழ்க்கைக்கும், இயக்கத்திற்கும் மூலமாகும். ஒவ்வொரு பொருளும் முரண்பாட்டைத் தன்னகத்தே கொண்டுள்ளது. முரண்பாடு அல்லது எதிர்ப்புத் தன்மை என்னும் சித்தாந்தம் உலகை ஆட்சி செய்து கொண்டிருக்கிறது. ஒவ்வொரு பொருளும் மாறிக்கொண்டும், மாறித் தனது பழைய நிலைக்கு எதிர் நிலையிலும் மாற விரும்பிக் கொண்டும் இருக்கிறது. விதைகளுக்குள் தாம் ஒரு தோற்றம் பெற வேண்டும். தம்மையே எதிர்த்துப் போராட வேண்டும். மாறுதல் அடைய வேண்டுமென்னும் 'விருப்பம்' நிறைந்திருக்கிறது. முரண்பாடு மட்டும் இல்லாது போயிருந்தால், உலகத்தில் உயிரில்லை, வாழ்வில்லை. இயக்கமோ, வளர்ச்சியோ இல்லை. எல்லாப் பொருள்களுமே உயிரற்றவையாகவும், ஜடமாகவும் இருந்திருக்கும். ஆனால் இயற்கையின் பணி முரண்பாட்டோடு முடிந்து விடுவதில்லை. இயற்கை முரண்பாட்டைத் தன்னுடைய கட்டுப்பாட்டிற்குள் வைத்துக் கொள்ள விரும்புகிறது. பொருள் தனக்கு முரணான உருவத்தில் மாறிவிட்டாலும், அதன் இயக்கம் அங்கேயே நின்று விடுவதில்லை. அது மேலும் தொடர்கிறது. அதன் பிறகும் கூட எதிர்ப்பை அழித்து, அது இணைத்துக் கொள்ளப்படுகிறது. இவ்விதம் எதிர்ப்புச் சக்திகள் ஒரு முழு உடலின் அங்கங்களாகி விடுகின்றன. எதிர்ப்புச் சக்திகள் ஒன்றுடன் மற்றொன்று சம்பந்தப்பட்டவரை எதிரிகளாக இருக்கின்றன. ஆனால் அவை தமது முழு உடலைப் பொறுத்தவரை பரஸ்பரம் எதிரிகளல்ல. அங்கே இந்தப் பரஸ்பர எதிரிகளே இணைந்து ஒரு முழுமையான உடலை உண்டாக்குகின்றன.

உலகம் நிரந்தரம் நிகழ்ந்து கொண்டிருக்கும் வளர்ச்சிப் பிரவாகமாகும். இதுவே அதனுடைய லட்சியம் அல்லது நோக்கமாகும். பரமாத்ம தத்துவம் (Absolute) உண்மையில் உலக வளர்ச்சியின் பரிணாமமேயாகும். ஆனால் இந்தப் பரிணாமம் பூரணமானதுமாகும். பொருட்கள் தமது நோக்கத்துடனேயே அழிந்து விடுவதில்லை. அவை உண்டானவற்றிலேயே முடிவடைந்தும் விடுகின்றன. ஆகவே தத்துவ இயலின் குறிக்கோள் பரிணாமமல்ல (விளைவுஅல்ல). ஆனால் ஒரு விளைவு மற்றொரு விளைவை எப்படி உண்டாக்குகிறது. ஒன்றிலிருந்து

மற்றொன்று தோன்றுவது எங்ஙனம் தவிர்க்க முடியாதது என்பதை விளக்குவதே தத்துவ இயலின் லட்சியமாகும்.

யதார்த்த நிலை (பரம தத்துவம்) என்பது மனத்தின் கற்பனையில் தோன்றிய ஒரு உருவமில்லாத எண்ணமல்ல; அது நடமாடும் ஒரு பிரவாகமாகும்; ஒரு முரண்பாடான உற்பத்தியாகும். அதை நமது உருவமற்ற எண்ணங்கள் முழுமையாக வெளிப்படுத்த இயலாது. உருவமில்லாத எண்ணங்கள் ஒரு பகுதி குறித்தோ அல்லது அப்பகுதியிலிருந்து தோன்றிய ஒரு சிறு பகுதி குறித்தோ மட்டுமே தெரிவிக்க முடியும். யதார்த்தநிலை இந்த வினாடியில் இப்படி இருக்கிறது. அடுத்த வினாடியில் அப்படி இருக்கும். இவ்விதம் அது எதிர்மறைகளும், முரண்பாடுகளும், நிரம்பியிருக்கிறது. ஒரு செடி முளைக்கிறது, மலர்கிறது, காய்க்கிறது, பட்டுப்போகிறது, கடைசியில் அழிந்து விடுகிறது. இதேபோல் மனிதனும் குழந்தையாக இருக்கிறான்; இளைஞனாகிறான். கிழவனாகிறான், இறுதியில் இறந்து விடுகிறான்.

4. முரண்பாடு தத்துவம்: பொருள் வளர்ந்து வளர்ந்து தனக்கு எதிர்மறையான உருவத்தில் மாறிவிடுகிறது. பூரணத்துவம் (உடலுடையது) என்பது ஒன்றுக்கொன்று எதிரான பகுதிகளின் இணைப்பென்று ஏற்கனவே குறிப்பிட்டுள்ளோம். இரண்டு எதிர்மறைகளின் இணைப்பு எப்படி ஏற்படுகிறதென்பதை ஹெகல் இவ்வாறு விளக்கினார்: நம் முன்னால் ஒரு பொருள் வருகிறது. அவ்விரண்டுக்கு மிடையே முரண்பாடு தொடர்கிறது. பிறகு நாம் அவ்விரு பொருள்களையும் இணைத்து மூன்றாவது பொருளை உண்டாக்குகிறோம். இவைகளில் முதல் விஷயம் வாதமாகும்; இரண்டாவது எதிர்வாத மாகும்; மூன்றாவது பேச்சு வார்த்தையாகும். எடுத்துக்காட்டாக பர்மேத் சொன்னதாவது: மூலகம் நிலையானதும், நித்தியமானது மாகும். இது வாதமாகும். மூலகம் நிரந்தரம் மாறிக்கொண்டே இருக்குமென்று ஹெராக்லிது கூறியது எதிர்வாதமாகும். மூலகம் நிலையாக இருப்பதுமல்ல, மாறிக் கொண்டேயிருப்பதுமல்ல. அது இரண்டு தன்மைகளுமுடையதென்று பரமாணுவாதிகள் சொன்னது பேச்சு வார்த்தையாகும்.

5. கடவுள்: ஹெகலின் தத்துவ இயல் ஸ்பினோஜாவைவிட புரட்சிகரமானதானாலும், ஸ்பினோஜாவைக் காட்டிலும் ஹெகலுக்குக் கடவுள் மோகம் அதிகம். கடவுளை நிரூபிப்பதற்காக அவர் கூறுகிறார்: உலகம் ஒரு வெறி பிடித்த வெள்ளமோ, பொருளற்ற, கட்டுப் பாடில்லாத நிகழ்ச்சியோ அல்ல, அதற்குப் பதில் உலகில் விதிமுறை களுடன் கூடிய வளர்ச்சி காணப்படுகிறது. நாம் யதார்த்த நிலையை உள்ளும் வெளியும், பொருளும் குணமும், சக்தியும் அதன் வெளிப்பாடும்,

எல்லையுடையதும் எல்லையற்றதும், எண்ணமும் பவுதீகமும், உலகமும் கடவுளுமாகப் பிரிக்க விரும்புகிறோம். ஆனால் இதனால் நாம் பொய்யான வித்தியாசங்களையும், அர்த்தமற்ற கற்பனைகளையும் தவிர வேறெதையுமே பெற முடியாது. "உள்ளிருக்கிறதே புறமும் இருக்கிறது. மனமே உடலுமாகும். கடவுளே உலகமுமாகும்."

ஹெகல் கடவுளை 'எண்ணம்' என்று சொல்லி அழைக்கிறார். உலகம் எப்படியெல்லாம் இருக்க முடியுமோ, அப்படி இருக்கிறது. எல்லையில்லாக் காலத்தில் எவ்வளவு வளர்ச்சி அடைய முடியுமோ, அவ்வளவு வளர்ச்சிகளின் கூட்டே இன்றைய உலகமாகும். மனம் என்பது இப்போதைக்கு உண்டாக்கிவிட்ட எண்ணமாகும்.

உலகம் எப்பொழுதும் படைக்கப்பட்டு வருகிறது. வளர்ச்சி என்பது தற்காலிகமானதல்ல; அது நிரந்தரப் பிரவாகமாகும். வளர்ச்சியின் பிரவாகம் இல்லாத காலமே இருந்ததில்லை. மிகப் பழமையான பரம தத்துவத்தை நோக்கி வளர்ச்சி அனைத்துமே சென்று கொண்டிருக்கிறது. வளர்ச்சி எப்பொழுதுமே சூனியத்திலிருந்து நிகழவில்லை. பல்வேறு பொருட்களின் வளர்ச்சி வரிசையாக நிகழ்ந்ததென்பது உண்மைதான். அவற்றில் சிலவற்றின் வளர்ச்சி மற்றவைகளால் ஏற்பட்டது.

*6. **ஆன்மா:*** உலக அறிவு அல்லது உலக எண்ணம் ஒரு உயிரின் உடலில் ஆன்மாவாகிவிடுகிறது. ஆன்மா தன்னை உடலுக்குள் மறைத்துக் கொள்கிறது. தனக்காக ஒரு உடலைத் தயார் செய்து கொள்கிறது. பிறகு அது சிறப்பானதாகி விடுகிறது. ஆன்மாவின் தோற்றம் சந்தடியின்றி நிகழ்ந்து வருகிறது. ஆனால் ஆன்மா தனக்காக உருவாக்கிக் கொண்ட உயிரின் உடலாக ஆகிவிடுகிறது. பின்னர் அது தன்னை உடலிலிருந்து வேறுபட்டதாக எண்ணத் தொடங்கிவிடுகிறது. உணர்ச்சி என்பதும் அதன் வளர்ச்சிப் பரிணாமமேயாகும். உடலும் அதன் ஒரு வெளிப்பாடே. உண்மையில் நாம் (ஆன்மா) உண்டாக்கிய அல்லது தோற்றுவித்தவைகளையே அறிவோம். நமது ஞானம் குறித்த விஷயங்கள் எல்லாம் நம்மால் உண்டாக்கப்பட்டவையே. அதனால் தான் அவை ஞானமயமானவையாக இருக்கின்றன.

*7. **உண்மையும், பிரமையும்:*** உண்மை குறித்தும், பிரமை குறித்தும் ஹெகலின் கருத்துக்கள் மிகவும் விசித்திரமானவை. அவரது கருத்துப்படி பிரமை பரம சத்தியம் வெளிப்படுவதற்கு அவசியமாகும். இல்லாவிட்டால், நாம் தவறாக உண்மையானதென்று ஒன்றைக் கருதிக் கொண்டால், பிறகு நம்மால் முன்னேறவே முடியாது. முழு உண்மை என்பது எல்லாவிதமான பிரமைகளைக் கலந்து உருவானதுதான். பிரமையின் இந்தப் பல்வேறு நிலைகள் அவசியமானவையாகும்.

ஏற்கனவே கடந்து வந்த பிரமைகளின் உண்மையே இனி அடைய விருக்கும் உண்மையின் சாரமாகும். ஆகவே பரம தத்துவம் கீழ்நிலை யிலும், சார்புநிலை உண்மையின் உருவத்திலுமே இருக்கும். எல்லை யுடைய உண்மையின் அடிப்படையிலேயே எல்லையற்ற தத்துவத்தை அடையமுடியும். முழுமை பெறாத வழிகளில் செய்யும் ஆராய்ச்சி களினாலேயே உண்மை முழுமையடைய முடியும்.

8. ஹெகலின் தத்துவ இயலில் உள்ள குறைகள்: ஹெகலின் தத்துவ இயல் உலகைப் 'பரம எண்ண'த்தின் உருவமாகக் கருதுகிறது. ஆகவே பர்க்லேயின் எண்ண முதல்வாதமும், ஹெகலின் தத்துவ இயலின் கருத்தும் ஒன்றேயாகும். இருவரும் மனத்தை- தூய உணர்ச்சியை- லோகாயத சக்திகளை விட முதன்மையானவையாகக் கருதுகின்றனர்.

2. ஹெகல் உலகில் மாற்றம் நிகழ்வதாகக் கூறுகிறார். ஆனால் அவர் உண்மை மாற்றத்தை ஒருவிதமாக மறுத்துவிடுகிறார். எதிர்காலத்தில் தோன்றப் போவது இப்பொழுதே இருக்கிறது என்னும் கூற்று இதையே தெரிவிக்கிறது. இக்கூற்று உலகத்தைத் தலைவிதிச் சக்கரத்தில் கட்டப்பட்ட ஒரு கையாலாகாத பொருளாக்கி விடுகிறது. உலகத்தின் பலதரப்பட்ட தன்மையையும், விசித்திரங்களையும் ஹெகல் 'பரம தத்துவ'த்தில் கலந்துவிட விரும்புகிறார். இவ்விதம் அவர், பல்வேறு பொருட்களைக் கொண்ட இவ்வுலகம் ஒரு 'அடிப்படை தத்துவ'த்தை விட ஒன்றுமில்லை என்று சொல்லி மாறுதலின் முக்கியத்துவத்தையும் வளர்ச்சியின் முக்கியத்துவத்தையும் முறியடித்து விடுகிறார்.

3. எல்லாச் சக்திகளின் இணைப்பும், கெட்டவை போல் தோன்றும் எல்லா விஷயங்களும் உண்மையில் நல்லவையே (சிவம்) என்கிறார் ஹெகல். அவர் கெட்டவைகளையெல்லாம் கூட உயர்ந்த கண்ணோட்டத்துடன் நல்லவைகளே என்று வலியுறுத்த விரும்பு கிறார். கெட்டவைகளைப் பிரமைகள் என்று சொல்லி, அவற்றைப் பார்த்தும் பாராமலும் இருக்கிறார். தத்துவ இயலில் அவரது இக்கண்ணோட்டம் சரியானதாகவும் இருக்கலாம். ஆனால் நடைமுறை வாழ்க்கையில் இது மிகவும் அபாயகரமானதாகும். இதன் மூலம் எல்லா அரசியல், சமுதாயக் கொடுமைகளையும் வேற்றுமைகளையும் சரியானவையே என்று அடித்துக் கூற முடியும்.

ஷோபன்ஹார் (1788-1860)

ஆர்தர் ஷோபன்ஹார் டென்ஜிங்கில் ஒரு வட்டி வியாபாரியின் குடும்பத்தில் பிறந்தார். அவரது தாயார் ஒரு புகழ்பெற்ற நாவலாசிரியை யாக இருந்தார். ஷோபன்ஹார் கோடிங்கேன், பெர்லின் பல்கலைக்

கழகங்களில் தத்துவம், விஞ்ஞானம், சமஸ்கிருத இலக்கியம் ஆகியவை களைக் கற்றார். பல வருடங்கள் வரை எங்கெங்கோ சுற்றித் திரிந்த பிறகு, அவருக்குப் பெர்லின் பல்கலைக்கழகத்தில் ஆசிரியர் வேலை கிடைத்தது. அங்கிருந்து 1831ல் ஓய்வு பெற்று பிராங்க்பர்ட் நகரில் குடியேறினார்.

(கோரிக்கை தத்துவம்): காண்டின் தத்துவம் 'பொருள் தனக்குள்' ('பொருள் சாரம்') என்பதைச் சுற்றி அமைகிறது. ஷோபன்ஹாரின் தத்துவம் 'எல்லோருக்குள்ளும் இருக்கும் கோரிக்கை' ('எங்கும் நிறைந்த கோரிக்கை') யைச் சுற்றி அமைகிறது. பொருட்கள் அல்லது அல்லது கோரிக்கைகள் தனிப்பட்ட நபர்களைச் சார்ந்தவையல்ல. நபர்கள் என்பது வெறும் பிரமையே; கோரிக்கையே காலத்தைக் கடந்ததும், இடத்தைக் கடந்ததும், அடிப்படைத் தத்துவமும், காரண மில்லாத செயலுமாகும். அதுவே என்னுள்ளே உணர்ச்சியாகவும், மிருகத்தன்மையாகவும், முயற்சியாகவும், விருப்பமாகவும், பசியாகவும் வெளிப்படுகிறது. இயற்கையின் ஒரு அம்சம் என்ற முறையில் அதன் வெளிப்பாடு என்ற முறையில் நான் என்னைத் தெரிந்து கொள்கிறேன். நான் என்னை ஒரு பரவலான உயிரின் உடலாகக் கருதத் தொடங்கு கிறேன். உண்மையில் இந்தக் கோரிக்கையே எனது ஆன்மாவாகும். உடலும் அந்தக் கோரிக்கையின் பிரதிபலிப்பேயாகும்.

என்னுள்ளே நான் பார்க்கும்போது, அங்கே எனக்குக் கோரிக்கை தான் (மதிப்புப் பெற வேண்டுமென்னும் கோரிக்கை, உண்ண வேண்டுமென்னும் கோரிக்கை, உயிர் வாழவேண்டுமென்னும் கோரிக்கை, உயிர்வாழக்கூடாதென்னும் கோரிக்கை) காணப்படுகிறது. நான் வெளியில் நோக்கும்போது, அக்கோரிக்கையே உடலின் உருவமாகப் பார்க்கிறேன். என்னுடைய உடலைப்போலவே, மற்ற உடல்களும் கோரிக்கையின் வெளிப்பாடுகளே. ஒரு கல்லில் கோரிக்கை யானது முரட்டுச் சக்தியாக வெளிப்படுகிறது. அதுவே ஒரு மனிதனில் உணர்ச்சி கலந்ததாகி விடுகிறது. திசைகாட்டியிலுள்ள காந்தமுள் எப்பொழுதும் வட திசையைக் காட்டும். ஒரு பொருள் வீழ்ந்தால் நேராகக் கீழ் நோக்கி விழுகிறது. இயற்கையில் எங்குமே கோரிக்கைச் சக்திகளே இயங்கிக் கொண்டிருக்கின்றன என்பதை இவையனைத்தும் எடுத்துக்காட்டுகின்றன. தாவர உலகிலும் இப்படிப்பட்ட உணர்ச்சி அல்லது முயற்சியே காணப்படுகிறது. செடி, கொடிகள் ஒளியை அடைய வேண்டுமென்னும் கோரிக்கை உடையன. ஆகவே அவை எப்பொழுதும் மேல் நோக்கி வளரவே முயற்சி செய்கின்றன. அவை ஈரம் பெற வேண்டுமென்னும் கோரிக்கையும் கொண்டுள்ளன. அதனாலேயே அவை தமது வேர்களைப் பூமிக்குள் பரவச் செய்கின்றன.

கோரிக்கை அல்லது உள்ளுணர்ச்சி உயிர்களின் வளர்ச்சியையும், காரியங்களையும் செயல்படுத்துகிறது. கொடிய மிருகங்கள் தாம் வேட்டையாடியவைகளை விழுங்க வேண்டுமென்னும் கோரிக்கை கொண்டுள்ளன. அதற்குத் தேவையான பற்களும், நகங்களும் தாடைகளும் அவற்றின் உடல்களில் தோன்றுகின்றன. கோரிக்கை தனது தேவையைப் பூர்த்தி செய்து கொள்வதற்கு வேண்டிய உடலை அமைத்துக் கொள்கிறது. தாக்கவேண்டுமென்னும் கோரிக்கையே கொம்புகளாக முளைக்கிறது. வாழ்க்கையின் கோரிக்கையே வாழ்க்கையின் முக்கிய அடிப்படையாகும்.

ஜடப் பொருட்களிலும், உயிருள்ளவற்றிலும் வெளிப்படும் இந்த அடிப்படையான கோரிக்கை மனிதனுமல்ல. ஞானம் படைத்த கடவுளுமல்ல. அது ஒரு முரட்டு உணர்ச்சியற்ற சக்தியாகும். அதுதான் இருக்க வேண்டுமென்னும் கோரிக்கை கொண்டிருக்கிறது. அது இடம், பொருட்களுக்குட்பட்டதல்ல வென்றாலும், தனி நபர்களில் மட்டும் இடம், பொருட்களுக்குட்பட்டே வெளிப்படுகிறது.

இருக்கவேண்டுமென்னும் கோரிக்கையும், வாழ வேண்டுமென்னும் கோரிக்கையும் உலகத்தின் எல்லாப் போர்களுக்கும், துன்பங்களுக்கும், கெடுதல்களுக்கும் அடிப்படையாகும். கோரிக்கை இயற்கையிலேயே மிகவும் கெட்டது. அதை எப்போதுமே திருப்திப்படுத்த இயலாது. நிரந்தரம் யுத்தங்களாலும் கலகங்களாலும் அவதிப்பட்டுக் கொண்டிருக்கும் இவ்வுலகத்தில் தாம் நிலைத்திருக்க வேண்டுமென்னும் பல்வேறு கோரிக்கைகள், ஒன்றுக்கொன்று சண்டையிட்டுக் கொண்டிருக்கின்றன. பெரிய மீன்கள் சிறிய மீன்களை விழுங்கும் உலகம் இது. இது நல்ல உலகமல்ல, கெட்ட உலகம். அதுவும் எவ்வளவு கெட்ட உலகமாக இருக்க முடியுமோ, அவ்வளவு கெட்ட உலகம். வாழ்க்கை என்பது முரட்டுக் கோரிக்கையைத் தவிர வேறல்ல. அதற்கு திருப்தி ஏற்படாத வரையில் வேதனை உண்டாகிறது. அதற்குத் திருப்தி ஏற்பட்டதும், வேதனையளிக்கும் வேறொரு கோரிக்கை தோன்றி விடுகிறது. கோரிக்கைகளைச் சாஸ்வதமாகத் திருப்திப்படுத்திவிட முடியாது. எல்லா மலர்களிலுமே முட்கள் உள்ளன. இந்தத் துன்பத்திலிருந்து மீள ஒரேயொரு வழி உண்டு. அது கோரிக்கையை அழித்துக் கொள்வதுதான். அதற்குத் தியாகமும், துறவு வாழ்க்கையும் தேவை.

ஷோபன் ஹாரின் தத்துவம் அதிகமாகப் பவுத்தத் தத்துவ இயலின் செல்வாக்கிற்குட்பட்டுள்ளது. பவுத்தத் தத்துவ இயலில் உள்ளதைப் போன்றே ஷோபன்ஹாரின் தத்துவ இயலிலும் கோரிக்கையின்

விளக்கமும், அதன் முக்கியத்துவமும் காணப்படுகின்றன. புத்தரும்கூட கோரிக்கையைக் கட்டுப்படுத்துவதையே அதிகமாக வற்புறுத்தினார்.

துவைத சித்தாந்தம்
(ஜீவனும், கடவுளும் வெவ்வேறானவை)

நிட்ஷே (1844-1900): பிரடெரிக் நிட்ஷே ஜெர்மானிய தத்துவாளராவார். அவர் காண்ட்டிடமிருந்து 'அறிவை'ப் பெற முடியாதென்று, ஷோபன்ஹாரிடமிருந்து கோரிக்கையை ஏற்றுக் கொண்டார். ஷோபன்ஹாரின் கோரிக்கை வாழ்வதற்காக அல்லாமல், அதிகாரம் செலுத்துவதாக இருக்கிறது. ஷோபன்ஹார் கோரிக்கையைத் துறக்க வேண்டுமென்று சொன்னால், அது ஏற்றுக் கொள்ளப்படக் கூடியதென்றும், அதைத் தனது நோக்கமான சக்தியைப்பெறும் சாதனமாகக் கருதினார். அவர் டார்வினின் சித்தாந்தமான 'தகுதி படைத்தவையே எஞ்சி இருக்கும்' என்பதை ஏற்றுக் கொண்டு சிறப்பான மனிதர்களே மானுடத்தின் நோக்கமென்றார்.

1. தத்துவம்: சிந்திப்பது உண்மையில் தெளிவற்ற புரிதலாகும். சிந்திக்கும்பொழுது நாம் பொதுவானவைகளைக் கவனிக்கிறோம்: வேற்றுமைகளைக் கவனிப்பதில்லை. இதன் விளைவாக உண்மை நிலையில் ஒரு தவறான சித்திரமே ஏற்படுகிறது. எந்த ஒரு பொருளும் நிரந்தரமானதும், நிலையானதுமல்ல. காலமும், பொதுத்தன்மையும், காரணத்தொடர்பும் - எதுவுமே நிரந்தரமானதும், நிலையானதுமல்ல. இயற்கையில் எந்தவிதப் பயனுமில்லை; எந்த ஒரு முடிவான குறிக்கோளுமில்லை. உலகம் நமது மகிழ்ச்சியில் அக்கறை செலுத்து வதில்லை; நமது நடைமுறையை லட்சியப்படுத்துவதில்லை. நமக்கு உதவக்கூடிய இயற்கையைக் கடந்த எந்த ஒரு தெய்வீக சக்தியும் இல்லை. சக்தியும், அதிகாரமும் அடைவதற்கான ஆயுதம் அறிவாகும். நம்மை நாம் பாதுகாத்துக் கொள்வதற்காகவே அறிவுச் சாதனங்களின் வளர்ச்சி ஏற்பட்டது. தத்துவ இயலாளர்கள் உலகத்தை யதார்த்தமான தென்றும், காட்சிக்குரியதென்றும் இரு பிரிவுகளாகப் பிரித்தனர். தான் வாழ வேண்டிய உலகத்தையே, தனது அறிவு பரப்பிய உலகத்தையே (மாற்றமும், முரண்பாடும், போர்களும் நிறைந்த உலகத்தையே) மனிதன் மறுத்து விட்டான். யதார்த்த உலகத்தையே பிரமைகள் நிறைந்த உலகமாகவும் மாய உலகமாகவும், பொய்யான உலகமாகவும் சொல்லப் பட்டது. தத்துவ இயலாளர்கள் தமது மூளையிலிருந்து தோற்றுவித்த கற்பனை உலகமே நிரந்தரமானதாகவும், மாற்றமில்லாததாகவும், புலன்களின் எல்லையைக் கடந்ததாகவும் ஆகிவிட்டது. உண்மையான யதார்த்தமான உலகத்தை அப்புறப்படுத்திவிட்டு பொய்யான உலகம் அரியாசனத்தில் அமர்த்தப்பட்டது. உண்மையைத் தேடிப் பெற

வேண்டும் தவிர, அதைத் தயார் செய்ய முடியாது. ஆனால் தத்துவாளர்கள் தமது பணியான உண்மையைத் தேடுவதை விட்டு அதைத் தம் கைகளால் தயாரிக்க முனைந்தனர்.

2. சிறப்பு மனிதர்களின் இனம்: (Supermen) காண்ட், ஹெகல் போன்றோரின் தத்துவங்களை நிட்ஷே எவ்விதம் தவறானவையென்று கூறினாரென்பதைக் கண்டோம். அவர் உண்மை நிலையை ஒப்புக் கொள்பவராக இருந்தாலும், தத்துவ இயலை அபாயகரமாகப் பயன்படுத்தினார். அதிகாரத்தை அடைய அறிவு ஒரு ஆயுதமாகும். அவ்வாயுதத்தை அதிகாரம் பெறவேண்டுமென்னும் கோரிக்கை உபயோகிக்கிறது. கோரிக்கை அல்லது சங்கற்பம் நம்பிக்கையைச் சார்ந்திருக்கிறது. நம்பிக்கை உண்மையானதா, பொய்யானதா என்பதை நாம் கவனிக்கக் கூடாது. அது உபயோககரமானதா, உபயோகமற்றதா என்பதை மட்டுமே பார்க்க வேண்டும். அதிகாரம் பெற வேண்டுமென்னும் விருப்பமே நிட்ஷேயின் பிரதான நோக்க மாகும். சிறப்பு மனிதர்களை உண்டாக்குவது தலைசிறந்த குறிக்கோளாகும். ஒரேயொரு சிறப்பு மனிதனை மட்டுமல்ல; சிறப்பு மனிதர்களின் இனத்தையே, ஒரு உயர்ரக இனத்தையே, வீரர்களின் இனத்தையே தோற்றுவிப்பதுதான் நிட்ஷேயின் லட்சியமாகும். நிட்ஷேயின் இத்தத்துவத்தின் படியே ஹிட்லர் ஜெர்மானியரை 'சிறப்பு மனித இனமாக்க' முயற்சித்தான். உலகை வெற்றி கொண்டு ஆட்சி செய்யக்கூடிய தாம் உலகை வெற்றி கொண்டு ஆட்சி செய்வதற்காகவே பிறந்த இனம் என்பதை நம்பக்கூடிய இனமாக மாற்ற ஹிட்லர் முயற்சி செய்தான். இதற்காக எது செய்தாலும், அதை நிட்ஷே ஆதரிக்கிறார். யுத்தமும், துன்பமும், விபத்துக்களும், பலவீனர்களைத் தாக்குவதும் தவறானவையல்ல. ஆகவே சமாதானத்தைக் காட்டிலும், யுத்தம் சிறந்தது; இன்னும் சொல்வதானால், சமாதானம் சாவின் முன் அறிகுறியாகும். நாம் இவ்வுலகத்தில் இன்பத்திற்காகவும், மகிழ்ச்சிக் காகவும் இருக்கவில்லை. நாம் சற்றும் பின்வாங்கக்கூடாதென்பதே நமது வாழ்வின் குறிக்கோளாகும். நம்மை நாம் உயர்த்திக் கொள்ள வேண்டும் அல்லது மறைத்து விட வேண்டும். கருணை, மிகக் கெட்ட விஷயமாகும். மற்றவரிடத்தில் கருணை காட்டி, தனது லட்சியத்தி லிருந்து பிறழ்ந்து செல்பவனுக்குக்கூட அது கெட்ட விஷயந்தான். மற்றவனின் கருணை பெற்று எல்லோர் முன்பும் தாழ்ந்து போகக் கூடியவனுக்கும் அது கெட்ட விஷயந்தான்! கருணை வலுவான வனையும், வலுவில்லாதவனையும் ஒருங்கே வீழ்த்துகிறது. அது ஒரு இனத்தின் உயிர்ச் சக்தியையே பறித்து விடுகிறது.

பிறப்பிலேயே பணக்காரர்களானவர்களுக்கு மற்றவர்களை விட வசதிகள் அளிக்கப்பட வேண்டும். ஏனெனில் கீழ்நிலையிலுள்ள சாதாரண மக்களைவிட அவர்களுக்குக் கடமைகள் அதிகமாகவும், முக்கியமானவையாகவும் இருக்கும். தலைசிறந்த மனிதர்களிடமே ஆட்சிப் பொறுப்பு இருக்க வேண்டும். தலைசிறந்த மனிதர்களென்றால் கருணை, இரக்கம், தயைக்கு அப்பாற்பட்டவர்கள். தாமும் விபத்துக் களை ஏற்றுக் கொள்வதுடன் மற்றவர்களை விபத்துக்குள்ளாக்கவும் அவர்கள் தயாராக இருக்க வேண்டும். ஹிட்லர், கோயரிங் போன்றோர் இப்படிப்பட்ட 'தலைசிறந்த மனிதர்கள்!.'

நிட்ஷே ஜனநாயகம், சோஷலிசம், பொதுஉடைமை, அராஜகவாதம் ஆகியவைகளை வீணானவையென்றும், நடக்க முடியாதவையென்றும் சொல்கிறார். 'தகுதியானவைகளே எஞ்சி இருக்கும்' என்னும் சித்தாந்தத்தையே இந்த வாழ்க்கை சார்ந்துள்ளது. இதை எதிர்ப்ப வர்கள் ஆதர்ஸங்களை எதிர்ப்பவர்கள். அப்படிப்பட்டவர்கள் வலிமை பொருந்தியவர்களின் வளர்ச்சியினைத் தடுப்பவர்கள். "இன்று நமக்கிருக்கும் முதற்பெரும் அபாயம் இந்தச் சமத்துவக் காற்றே! சமாதானம், இன்பம், கருணை, தியாகம், உலகை வெறுத்தல், கோழைத்தனம், எதிர்க்காமலிருத்தல், சோஷலிசம், பொது உடைமை, சமத்துவம், மதம், தத்துவம், விஞ்ஞானம் ஆகிய அனைத்துமே வாழ்க்கைத் தத்துவத்தின் எதிரிகளாகும். ஆகவே அவற்றுடன் எவ்விதத் தொடர்பும் வைத்துக் கொள்ளக்கூடாது."

காட்டு மனிதனைத் தோற்கடித்து மனிதன் முன்னேறிச் சென்றதைப் போன்றே, சிறந்த மனிதர்களும் மற்றவர்களைத் தோற்கடித்து முன்னேறிச் செல்வார்களென்று நிட்ஷே கூறுகிறார்.

அறியாத தத்துவம்

ஸ்பென்ஸர் (1820-1903): ஹெர்பர்ட் ஸ்பென்ஸர் இங்கிலாந்தி லுள்ள டர்பியில் ஒரு மத்தியதரக் குடும்பத்தில் பிறந்தார்.

தத்துவம்: ஸ்பென்ஸர் மனித அறிவு, புலன்களின் உலகத்திற் குள்ளேயே அடங்கியிருப்பதாகக் கருதுகிறார். ஆனால் இந்தப் புலன்களின் உலகத்திற்குப் பின்னால் மற்றொரு புரியாத உலகம் இருப்பதை அவர் ஒப்புக்கொள்கிறார். அவர் கூறியதாவது: நாம் அமைதியான, குறுகிய பொருளை மட்டுமே அறியமுடியும். பரம தத்துவம், முதற்காரணம், அனந்தம் ஆகியவைகளை அறிந்து கொள்ளும் சக்தி நமக்கில்லை. அறிவு ஒரு சார்புடையதாகும். வேறெதனுடனும் பாகுபடுத்திப் பார்த்துப் பரம தத்துவத்தை விளக்க இயலாது. நாம் பரம தத்துவத்தை விளக்கிச் சொல்ல முடியாது என்பதற்காக, அது

இல்லையென்று ஒரேடியாக மறுத்துவிட முடியாது. இந்த உலகத்தின் பின்னே ஒரு சக்தி, பரம தத்துவம் இருக்கிறதென்பதை விஞ்ஞானமும், மதமும் ஒருங்கே ஒப்புக் கொள்ள முடியும். இரண்டுவிதமான சக்திகள் இருக்கின்றன. ஒன்று, இயற்கை தன்னை அறிமுகம் செய்து கொள்ளும் சக்தி; மற்றொன்று இயற்கை இயங்குவதைக் காண்பிக்கும் சக்தி அதாவது இருக்கும் நிலையையும், இயக்கத்தையும் தெரிவிக்கும் சக்திகள்.

1. பரம தத்துவம் அல்லது நமக்குத் தெரியாத சக்தி தன்னை இரண்டு வெவ்வேறு பகுதிகளாக வெளிப்படுத்துகிறது. உள்ளும், புறமும், ஆத்மாவும் அனாத்மாவும், மனமும், பவுதீக சக்தியும்.

2. வளர்ச்சி சித்தாந்தம்: நமது அறிவு பரம தத்துவத்தின் உள்ளும் (மனம்) புறமும் (ஜடம்) வரையிலேயே அடங்கியிருக்கிறது. அவற்றிலுள்ள பொதுத்தன்மையை எல்லாப் பொருட்களின் சர்வதேசிய விதியைத் தேடிக் கண்டுபிடிப்பது தான் தத்துவ அறிஞர் களின் பணியாகும். வளர்ச்சித் தொடரில் நாம் பல்வேறு உருவங் களைப் பார்க்கிறோம். 1. குவிப்பு. (Concentration) இதை நாம் மேகங் களிலும், மணல் மேடுகளிலும், உடலிலும் அல்லது (Differentiation) கருவை அதன் சூழ்நிலையிலிருந்து வேறாக்கி அதிலிருந்து ஒரு பகுதியைத் தயார் செய்தல், அதை ஒரு முழுக் கருவின் அங்கமாக அமைத்தல், அதில் பல்வேறு அங்கங்கள் தனித்தனியாக இருந்தாலும் ஒன்றுடன் ஒன்று இணைந்தவையாக இருக்க வேண்டும். வளர்ச்சிக்கும், அழிவிற்கும் வித்தியாசம் இருக்காது. அழிவில் பிரிவினை இருக்கும். ஆனால் தொடர்பு இருக்காது. வளர்ச்சி என்பது பவுதீக சக்திகளின் குவிப்பின் விளக்கமும், இயக்கத்தின் பங்கீடுமாகும். இதற்கு மாறாக அழிவு இயக்கத்தை விழுங்கி, பவுதீக சக்திகளை நாசம் செய்கிறது.

வெளித் தொடர்புடன் கூட உள் தொடர்பை நிரந்தரம் இணைத்துக் கொண்டிருப்பதையே வாழ்க்கை என்கிறோம். வெளித் தொடர்புகளுடன் உள் தொடர்புகள் பூரணமாக இணைவதே முழு வாழ்க்கையாகும்.

3. சமுதாயக் கருத்துக்கள்: மிகவும் கீழ்நிலையிலுள்ள சமுதாய அமைப்பிலேயே, வலிமை பொருந்திய சோஷலிஸ அரசை ஏற்றுக் கொள்ள முடியுமென்று ஸ்பென்ஸர் கூறினார். ஆனால் சமுதாயம் மிக அதிகமாக வளர்ந்துவிட்ட நிலையில் சோஷலிச அரசு தேவையில்லை. இன்னும் கூறினால், அந்நிலையில் அவ்வரசு முன்னேற்றத்தைத் தடுப்பதாக இருக்கும். உள்நாட்டில் அமைதியை நிலைநாட்டுவதும் வெளிநாட்டு படையெடுப்புக்களிலிருந்து நாட்டைப் பாதுகாப்பதுமே

அரசின் பணியாகும். ஆனால் சோஷலிச அரசு இதை மீறி மக்களின் பொருளாதார, சமூக விஷயங்களில் தலையிடும்போது நீதி கொலை செய்யப்படுகிறது. அது அதிக வளர்ச்சியடைந்துள்ளவர்களின் சுதந்திரத்தைத் தாக்குவதேயாகும். ஸ்பென்ஸர் சோஷலிசத்தின் கடும் எதிர்ப்பாளராவார். "சோஷலிசம் வந்து கொண்டிருக்கிறது. ஆனால் அது மனித இனத்திற்கு நலம் பயப்பதல்ல. அது நீண்ட காலம் நிலைக்கவும் நிலைக்காது" என்கிறார் அவர்.

லோகாயத வாதம்

பத்தொன்பதாம் நூற்றாண்டுத் தத்துவ இயலில் எண்ண முதல்வாதிகள் கொடிகட்டிப் பறந்தனர். ஆனால் மேய், யூல், ஹெல்ம்ஹோட்ஜ், ஸ்வான் ஆகிய விஞ்ஞானிகளின் கண்டுபிடிப்புகள் லோகாயத வாதத்தை மறைமுகமாக ஊக்குவித்தன.

புக்னேர் (1824-1899)

புக்னேர் நூலான 'சக்தியும் லோகாயத சக்தியும்' லோகாயத வாதத்தின் ஒரு முக்கியமான நூலாகும். அவர் எழுதியதாவது: எல்லாச் சக்திகளும் இயக்கங்களேயாகும். எல்லாப் பொருட்களும் இயக்கம்-பவுதீக சக்திகளின் இணைப்பால் உண்டாகின்றன. இயக்கத்தையும், பவுதீக சக்திகளையும் நாம் வெவ்வேறானவையாகக் கருதலாம். ஆனால் அவற்றைப் பிரிக்க முடியாது. ஆன்மா அல்லது மனம் ஒரு பொருளல்ல. வாழ்க்கை ஒரு குறிப்பிட்ட நிலைமையில் பவுதீக சக்திகளிலிருந்தே தோன்றிவிடுகிறது. வெளியிலிருந்து வரும் உணர்ச்சியினால் மூளையின் 'ஸெல்'களில் ஏற்படும் இயக்கமே மனத்தின் செயலாகும்.

மேல்ஷோட், ஃபோக்ட், க்ஜோல்போ ஆகியோர் இந்நூற்றாண்டைச் சேர்ந்த லோகாயத தத்துவாளர்களாவர். இந்நூற்றாண்டின் லோகாயதத் தத்துவாளர்களும், விஞ்ஞானிகளும் மானுடத்தின் மனித முன்னேற்றத்தின் பெரும் ஆதரவாளர்களென்பதை எதிரிகளும் ஒப்புக் கொள்கிறார்கள்.

லூட்விக் ஃபேவர்பாக் (1804-1872)

காண்ட் தனது 'தூய அறிவு' அல்லது தத்துவ வாதத்தால் மதம், மூடநம்பிக்கைகள், கடவுள் ஆகியவற்றைத் தூள் தூளாக்கியதையும், ஆனால் இறுதியில் 'நல்ல மனிதர்' என்ற பெயர் வாங்க வேண்டுமென்பதற்காகவோ அல்லது 'நல்ல தத்துவாளர்'களின் வரிசையிலிருந்து தன்னை எங்கே வெளியேற்றி விடுவார்களோ என்ற அச்சத்தாலோ காண்ட் தான் சொன்னதையே மறுக்கும் அளவிற்குத் தாழ்ந்து போனதை ஏற்கனவே கூறினோம். ஹெகல் தூய அறிவு,

பவுதீக ஆராய்ச்சியின் உதவியோடு தனது தத்துவமான இயக்க இயல் விஞ்ஞான சித்தாந்தத்தை அறிவித்தார். ஆனால் அவர் பவுதீக சக்திகளை விஞ்ஞானத்தின் குறைபாடுகள் என்று கூறி, நேர்மாறான முடிவுக்குப் போய்ச் சேர்ந்தார். ஹெகலுக்குப் பின்னர் அவரது தத்துவச் சீடர்கள் இரு பிரிவினராகப் பிரிந்து விட்டனர். ஒரு பிரிவினர் டூரிங் போன்றவர்கள். இவர்கள் லோகாயத வாதத்தின் கடும் எதிரிகள், ஹெகலின் விஞ்ஞானத் தத்துவத்தை மேலும் வளப்படுத்தாமல் அதன் முன்னேற்றத்தைத் தடுத்து நிறுத்தி அதைப் பின்னோக்கிக் கொண்டு சென்றனர். மற்றொரு பிரிவினர் முற்போக்காளர்கள். இவர்கள் ஹெகலின் தத்துவ இயலை ரகசிய வாதத்திலிருந்தும், ஆன்மீக வாதத்திலிருந்தும் விடுவித்து அதன் உண்மையான குறிக்கோளான இயக்க இயல் லோகாயத வாதத்தை நோக்கி அழைத்துச் சென்று கொண்டிருந்தனர். ஃபேவர்பாக் இந்த முற்போக்காளர்களின் தலைவராக விளங்கினார். பிற்காலத்தில் இவர்களிலிருந்தே மார்க்ஸூம், ஏங்கெல்ஸூம் தோன்றினர்.

ஆட்சியாளர்களான பணக்காரர்களும், மதவாதிகளும் லோகாயத வாதத்தைத் தமது கடும் எதிரியாகக் கருதுகிறார்கள். ஏனெனில், உழைத்துழைத்து உருக்குலைந்துபோன பாட்டாளி மக்கள் பரலோகத்தையும், கடவுளையும் நம்புவதை விட்டுவிட்டால், அவர்களையே விழுங்கி விடுவார்களென்பது ஆட்சியாளர்களுக்குத் தெரியும். உழைப்பாளர்கள் இவ்வுலகத்தையே சொர்க்கமாக மாற்றி விடுவார்களென்பதும் அவர்கள் அறிவார்கள். இதனாலேயே புரோகிதர்கள் (மதவாதிகள்) லோகாயத வாதிகளை மோசமானவர்கள், காமுகர்கள், 'அதர்ம'வான்கள், பொய்யர்கள், கடவுளை நம்பாதவர்கள், கடன் வாங்கி ஊதாரிச் செலவு செய்பவர்கள் என்றெல்லாம் அவதூறு பொழியத் தொடங்கினர். ஆனால் உண்மையில் விஞ்ஞானவாதிகள் கட்டுப்பாடுடையவர்களாகவும், தர்மவான்களாகவும், தன்னலமற்றவர்களாகவும், துறவு மனப் பான்மையுள்ளவர்களாகவும், வழிகாட்டிகளாகவும் இருக்கின்றனர்.

ஃபேவர்பாக்கின் முக்கிய நூல் 'கிருத்துவ சார'மாகும். (The Essence of Christianity) இதில் அவர் கிருத்துவ மதத்தை சவப் பரீட்சை செய்ததின் மூலம் எல்லா மதங்களின் உண்மை நிலையையும் அம்பலப்படுத்திவிட்டார். 'கிருஸ்துவ சார'த்தில் இரண்டு பாகங்கள் உள்ளன. முதல் பாகத்தில் 'மதத்தின்' உண்மையான அல்லது மனித இயலின் சாரம்' என்பதும், இரண்டாம் பாகத்தில் 'மதத்தின் பொய்யான அல்லது மதசாரம்' என்பதும் விவரிக்கப்பட்டுள்ளன. முன்னுரையில் மனிதத் தன்மைகளும், மதத்தின் முக்கிய தன்மை,

அவனது இனத்தின் குண நலனான மானிடத் தன்மையாகும். அவனுடைய குணநலன் எவ்வளவென்பது அவனது கருத்துக்களிலிருந்தும், உணர்ச்சிகளிலிருந்தும் தெரிகிறது.

"மனிதன் உணரும் மனிதத்தன்மை என்ன அல்லது மனிதனுடைய குறிப்பிட்ட மனிதத் தன்மையும், அதன் சிறப்பும் என்ன? அறிவு, கோரிக்கை, அன்பு...

"மனிதன் அடிப்படைச் சக்திகள், அவன் மனிதனாக இருப்பதால் அவனுக்கிருக்கும் உயர்ந்த சக்திகள் புரிந்து கொள்ளுதல். (அறிவின் செயல்) விரும்புதலும், அன்பும், மனிதன் புரிந்து கொள்ளவும், அன்பு செலுத்தவும், விரும்புவதற்குமென்று இருக்கிறான்...

"தனக்கொரு நிலையை ஏற்படுத்திக் கொண்டவனே உண்மையானவனும், பூரணமானவனும், தெய்வீகமானவனுமாவான். ஆனால் அறிவும், அன்பும், விருப்பமும்கூட இப்படிப்பட்டவைதானே! ஒவ்வொரு தனி நபருக்குள்ளும் இம்மூன்றும் - அறிவும் அன்பும், விருப்பமும்- கலந்திருக்கின்றன. இவைகளை மனிதன் கட்டுப்படுத்த முடியாது. அவையில்லாமல் மனிதனே இல்லை. அவற்றினாலேயே அவன் வாழ்ந்திருக்கிறான். இவையே அவனது சுபாவத்தின் அடிப்படைகளாகும். மனிதன் அந்தச் சக்திகளைத் தனது கட்டுப்பாட்டிற்குள் வைத்திருப்பதில்லை; அவைகளைத் தெய்வீக பரம சக்திகளாக மாற்றி, அவற்றுக்கு எதிராகச் செல்வதுமில்லை."

ஃபேவர் பாக் கூறியதாவது: "மனிதனுக்கு அவனுடைய சுபாவமே பரம தத்துவம் (தலைசிறந்த பொருள்) ஆகும். மனத்தின் கற்பனையிலிருந்து தோன்றும் தெய்வீகத் தன்மை உண்மையில் ஒன்றுமே இல்லை; அது தன்னுள் தனக்கேற்பட்ட மகிழ்ச்சி உணர்ச்சியாகும். தனக்குள் நிறைந்திருக்கும் ஆனந்த மயமே அது" அவர் மதம் குறித்துச் சொன்னதாவது: "புலன்கள் நமக்குத் தெரிவிக்கும் பொருட்களின் (விஷயங்களின்) உணர்ச்சியிலிருந்து நமது ஆன்மாவின் உணர்ச்சியை வேறுபடுத்தலாம். ஆனால் மதத்தில் பொருள் உணர்ச்சியும், ஆன்ம உணர்ச்சியும் இணைக்கப்பட்டு விடுகின்றன." இன்னும் சொன்னால், மனிதனின் ஆன்ம உணர்வை ஒரு சுதந்திர நிலையாக அளவுக்கதிகமாகப் புகழ்வதுதான் மதம் என்பது. இப்படியே அதைத் தொழுவதற்குரிய தாக்கப்படுகிறது. ஃபேவர்பாக் இதைப் பின்வருமாறு விளக்கினார்.

"ஒருவன் எப்படிப்பட்ட கருத்துக்களும், தன்மைகளும் கொண்டிருக்கிறானோ, அவனுடைய கடவுளும் அப்படித்தான் இருப்பார். மனிதனுக்குள்ள மதிப்பின்படியே அவனது கடவுளும் இருப்பார். கடவுளைப் பற்றிய சிந்தனை, ஆன்ம சிந்தனையாகும்.

கடவுளைப் பற்றிய அவனுடைய சொந்த அறிவாகும். ஒருவனது கடவுளைத் தெரிந்து கொண்டால் அவனைத் தெரிந்து கொள்ளலாம். ஒருவனைப் புரிந்து கொண்டால், அவனது கடவுளைப் புரிந்து கொள்ளலாம். இருவரும் (மனிதனும், அவனுடைய கடவுளும்) ஒருவரேயாவர்."

தெய்வீகமென்பது மனிதத்தொடர்புடையதென்பதை விமரிசித்த பின்னர் அவர் கூறுகிறார்:

"குறிப்பாக மதம் இப்படித்தான் வளர்ச்சியடைந்துள்ளது; மனிதன் கடவுளை மிக அதிகமாகக் கற்பனை செய்கிறான்; மிக அதிகமாகத் தன்னைப் போலவே உருவாக்கிக் கொள்கிறான். 'கடவுள் குரல்' விஷயத்தில் இதைத் தெளிவாகக் காணலாம். பிற்காலத்தைச் சேர்ந்த நாகரிகமானவர்களுக்கு இயற்கை அல்லது அறிவால் கிடைத்தது, முற்காலத்தைச் சேர்ந்த அநாகரிகமானவர்களுக்குக் கடவுளால் கிடைத்தாற்போல் தெரிகிறது.

"கிருத்துவர்கள் மதக் கட்டுப்பாட்டை மீறிச் சுதந்திரக் கருத்து கொண்டவர்களென்று யூத மதத்தினர் நினைக்கின்றனர். விஷயங் களில் இப்படி மாற்றம் ஏற்படுகிறது. நேற்றிருந்த மதத்தைப்போல் இன்றில்லை. இன்றுள்ள நாஸ்திகவாதமே நாளை மதமாகலாம்."

மதத்தின் உண்மையான சாரம் குறித்து ஃபேவர்பாக் கூறுவதாவது:

"மதம் மனிதனை அவனிலிருந்து வேறாக்கிவிடுகிறது. இதன் காரணமாக அவன் தன் முன்னால் தன்னுடன் வாதிடுபவராகக் கடவுளைக் கொண்டு வந்து நிறுத்தினான். மனிதரல்லாதவரே கடவுள்; கடவுளல்லாதவனே மனிதன்...

"கடவுளும் மனிதனும் இரு வெவ்வேறான துருவங்கள். கடவுள் செழிப்பின் அடையாளமானால், மனிதன் இல்லாமையின் அறிகுறியாவான்...

"ஆனால் மனிதன் மதத்தில் தன்னுடைய சொந்த மறைமுகமான தன்மையை உன்னிப்பாகக் கவனிக்கிறான். ஆகவே கடவுள், மனிதன் என்னும் பிரிவினை மனிதன் அவனது தன்மையிலிருந்து வேறாக்குகிற தென்பதை எடுத்துக்காட்ட வேண்டும்."

தனது நூலின் இரண்டாம் பாகத்தில் ஃபேவர்பாக் மதத்தின் பொய்யான சாரத்தை விமரிசித்துத் தெரிவித்ததாவது:

"மதத்திற்கு முழுமையான, உண்மையான மனிதன்- இயற்கையின் அங்கமாகும். அவன் நடைமுறை சாத்தியமானவன். முடிவுகள்

செய்யக்கூடியவன், நன்றாகப் புரிந்து கொண்டு ஏற்றுக் கொண்ட லட்சியங்களுக்காகப் பணியாற்றக்கூடியவன். அவன் தன்னுள் மட்டும் உலகத்தைச் சிந்திப்பதில்லை. அந்த லட்சியங்களை விருப்பங்களையே சிந்திக்கிறான். இதன் விளைவாகச் சிந்தனையின் பின்னால் மறைக்கப்பட்டிருப்பதையும், சித்தாந்தத்தின் அவசிய விஷயமாக இருப்பதையும், மனிதனுக்கும் இயற்கைக்கும் வெளியே ஒரு அந்தரங்கமான வட்டத்துக்குள் அவன் கொண்டு செல்கிறான். இங்கே சித்தாந்தம் என்பது மிகத் தனித்தன்மையான ரீதியிலும், பரந்த அர்த்தத்திலும் கையாளப்பட்டுள்ளது. அதில் உலகத்தைக் குறித்த யதார்த்த சிந்தனையும், அனுபவ (ஆராய்ச்சி) சித்தாந்தங்களும், அறிவு (தர்க்கம்) விஞ்ஞான சித்தாந்தங்களும் கலந்திருக்கின்றன."

இதனாலேயே ஃபேவர்பாக் நாம் கிருத்துவ மதத்திலிருந்து உயர வேண்டுமென்பதை வலியுறுத்துகிறார். மதம் பொய்யான முறையில் மனிதனுக்கும் அவனது அவசியமான சக்திக்குமிடையே யுள்ள தொடர்பை அறுத்துவிடுகிறது. அது மனிதனுக்கு மானுடத் தன்மையைத் தொழவும், அதன் மேல் நம்பிக்கை கொள்ளவும் ஆலோசனை வழங்குகிறது. இதைக் கண்டித்து ஃபேவர்பாக் கூறுகிறார்: "மனிதனுடைய உயர்ந்த சக்தி, அவனுடைய கடவுள்-எல்லாமே அவன்தான். மதத்தின் துவக்கமும், இடைநிலையும், முடிவும் எல்லாமுமே மனிதன்தான்" இங்கே அவர் மதத்தை ஒரு குறிப்பிட்ட பொருளில்- மானுட மதமாகச் சொல்கிறார். ஃபேவர்பாக் மேலும் எழுதுவதாவது:

"மதம் ஆன்ம சிந்தனையின் முதல் உருவமாகும். மதம் புனிதப் பொருளாகும். ஏனெனில் அது ஆரம்ப காலச் சிந்தனையின் கதை யாகும். ஆனால் மதத்தில் முதலிடம் வகிக்கும் கடவுள், உண்மையில் இரண்டாம் இடத்தைச் சேர்ந்தவர்தான். ஏனெனில் கடவுள் பொருள் முறையில் சிந்திக்கப்பட்ட மனிதனின் தன்மை மட்டுமே. மதத்தில் இரண்டாம் இடத்தை வகிக்கும் மனிதனை முதன்மையானவனாக்கி அறிவிக்க வேண்டும். மனிதனுக்குக் காதலும் அன்பும் இரண்டாம் பட்சமாக இல்லாமல் அடிப்படையானவையாக வேண்டும். மனிதத் தன்மை மனிதனின் தலைசிறந்த சுபாவமானால், சக மனிதனிடத்தில் மனிதன் செலுத்தவேண்டிய அன்பை உயர்ந்ததாகவும், முதன்மையான தாகவும் ஆக்க வேண்டும். மனிதனே மனிதனுக்குக் கடவுளாகும். இது ஒரு மாபெரும் நடைமுறைச் சித்தாந்தமாகும். இந்தக் கடையாணியின் மீதுதான் உலக வரலாறே சுழல்கிறது."

ஃபேவர்பாக் மதத்தைக் கடுமையாகத் தத்துவ விமரிசனம் செய்தாலும், இன்றைய நாஸ்திக வாதத்தை நாளைய மதமாக்க

விரும்புகிறாரென்பது இதிலிருந்து தெரிகிறது. அவர் லோகாயத வாதத்தை மதப் பீடத்தில் உட்கார்த்தி வைக்க விரும்பினார். "மனிதனுக்கும், மிருகத்திற்குமிடையேயுள்ள வேற்றுமை மதத்தின் அடிப்படையாகும். மிருகங்களுக்கு மதம் இல்லை" என்று அவர் எழுதியதும் இதையே புலப்படுத்துகிறது.

ஃபேவர்பாக் 'மதம்' என்னும் சொல்லை ரத்து செய்ய விரும்பா விட்டாலும் அவருடைய கருத்துக்கள் மத விரோதமானவை. லோகாயத வாதத்தை ஆதரிப்பவை, குறிப்பாக மதக் கோட்டைக்குள் புகுந்து அவர் அப்படித்தான் பணியாற்ற விரும்பினார். இது மதவாதிகளுக்கும் ஆட்சியாளரின் ஆதரவாளர்களுக்கும் பிடிக்குமா? பேராசிரியர் டூரிங், ஃபேவர்பாக்கிற்கு எதிராக எழுதியதற்கு 1888-ல் ஏங்கெல்ஸ் 'லுட்விக் ஃபேவர்பாக்' என்ற நூலில் பதிலளித்தார்.

கார்ல் மார்க்ஸ் (1818 – 1883)

கார்ல் மார்க்ஸ் ரைந்லாந்திலுள்ள ட்ரேவேஜ் நகரில் பிறந்தார். அவர் பான், பெர்லின், ஜேனோ நகரப் பல்கலைக்கழகங்களில் கல்வி பயின்றார். அவர் எழுதிய 'தெமோகிருது எபிகுரு ஆகியோரின் இயற்கைத் தத்துவ இயல்' என்னும் ஆராய்ச்சிக் கட்டுரைக்காக, ஜேனோ பல்கலைக்கழகம் மார்க்ஸு க்கு பி.எச்.டி. டாக்டர் பட்டம் (தத்துவப் பேராசிரியர்) வழங்கிற்று. மார்க்ஸ் லோகாயத வாதியாக மாறுவதற்கு முன்பு, ஹெகல் ஆதரவாளராக இருந்தார். முதலிலிருந்தே அவரது அரசியல், சமுதாயக் கருத்துக்கள் தீவிரமானவையாக இருந்ததால், ஜெர்மானியப் பல்கலைக்கழகம் எதுவுமே, அவரை ஆசிரியராக வைத்துக் கொள்ள முன் வரவில்லை. அதனால் மார்க்ஸ் பத்திரிகையாளராகி, தனது இருபத்தி நான்காவது வயதில் 'ராயினிஷ் ஜாய்டுங்' என்னும் பத்திரிகையின் ஆசிரியரானார். ஆனால் பிரஷ்ய அரசு மார்க்ஸை மிகவும் அபாயகரமானவர் என்று எண்ணியதால், அவர் அயல் நாடுகளில் சுற்றித்திரிய நேரிட்டது. துவக்கத்தில் அவர் பாரிஸிலும், பின்னர் பிரஸ்ஸல்ஸிலும் (பெல்ஜியம்) வாழ்ந்தார். அந்நாடுகளின் அரசுகளும் பிரஷ்ய அரசாங்கத்தின் ஆத்திரத்திற்கு அஞ்சி மார்க்ஸை, தமது நாடுகளை விட்டு வெளியேறுமாறு கட்டளையிட்டன. கடைசியில் அவர் 1849-ல் லண்டன் நகர் போய்ச் சேர்ந்தார். பின்னர் தனது வாழ்நாட்களை அங்கேயே கழித்தார்.

மார்க்ஸ் தன்னுடைய மாணவப் பருவத்திலிருந்தே தத்துவ இயலை விரும்பிக் கற்றார். அவரே ஒரு தலை சிறந்த தத்துவ இயல் அறிஞரும் கூட. ஆனால் அவரது சமுதாய, அரசியல் கருத்துக்கள் தீவிரமானவையாகவும், ஈடிணையற்றவையாகவும், திடமானவையாகவும்

இருந்ததால், அவர் தத்துவ அறிஞர் என்று புகழ்பெற்றதைக் காட்டிலும் சமூகவியல், பொருளியல், அரசியல் ஆகியவற்றின் மாபெரும் சிந்தனையாளராகப் புகழ்பெற்றார். இதற்கு இன்னொரு காரணமும் இருக்கிறது. கலைகளைப் போலவே தத்துவ இயலும் நிம்மதியாக அமர்ந்திருக்கும் செல்வர்களின் விஷயமாக இருக்கிறது. அவர்கள் விரும்பும் தத்துவ இயலைப்போல் மார்க்ஸின் தத்துவ இயல் இல்லை. அப்படி இருக்கும்போது அவர்கள் மார்க்ஸை தத்துவ அறிஞராக ஏற்றுக் கொள்வார்களா?

மார்க்ஸின் தத்துவ இயல் குறித்து நாம் விளக்கமாக 'விஞ்ஞான லோகாயத வாதம்' (இயக்க இயலும்) என்னும் நூலில் எழுதி யிருப்பதால், இங்கே அதை மீண்டும் விவரிக்கத் தேவையில்லை.

1. மார்க்ஸிய தத்துவ இயலின் வளர்ச்சி: புதிய யுகத்தைச் சேர்ந்த எண்ண முதல் வாத ஐரோப்பியத் தத்துவ இயல்களின் உச்சகட்ட வளர்ச்சி ஹெகலின் தத்துவ இயலில் ஏற்பட்டதைப் போன்றே, மனித வரலாற்றின் அனைத்து லோகாயத, பொருள் முதல்வாத தத்துவ இயல்களின் உயர் வளர்ச்சி மார்க்ஸின் தத்துவ இயலில் உருவானது.

பழங்காலக் கிரேக்க யுனிக் தத்துவாளர்கள் பவுதீக சக்தியை எல்லாப் பொருட்களுக்கும் அடிப்படையாகவும், சிந்தனைக்குப் போதுமானதாகவும் கருதினார்கள். இதனாலேயே அவர்களைப் 'பவுதீக ஆன்மவாதிகள்' (Hylozoists) என்று அழைத்தனர். ஸ்டோயிக்கு களும் லோகாயத வாதத்தை மறுக்கவில்லை. என்றாலும், தெமோ கிருதுவும், எபிகுருவும் மட்டுமே லோகாயத வாதத்தை மேலும் வளர்த்தவர்கள். பல்கலைக்கழக ஆராய்ச்சிக் கட்டுரைக்காக இவர்களது தத்துவத்தையே மார்க்ஸ் எடுத்துக் கொண்டார். ரோம் நகரில் லுக்ரேஷியஸ் தனது காலத்தில் லோகாயதப் பதாகையைத் தூக்கிப் பிடித்தார். மத்திய யுகத்தில் கருத்துச் சுதந்திரத்திற்கு இடமில்லா திருப்பதைப் போலவே, லோகாயத வாதத்திற்கும் வாய்ப்பில்லாம லிருந்தது. மத்திய யுகம் கழிந்ததுமே நாம் ஐரோப்பாவில் பாகுச் ஸ்பினோஜாவைப் பார்க்கிறோம். அவர் எண்ண முதல் வாதியாக இருந்தாலும், அவரது கருத்துக்கள் பெரும்பாலும் கிரேக்கப் பவுதிக ஆன்மீகவாதிகளைப் போன்றிருந்தன. இங்கிலாந்தில் தாமஸ் ஹாப்ஸ் (1588-1679) லோகாயத வாதத்தை விழிப்புறச் செய்தார். பதினெட்டாம் நூற்றாண்டில் பிரெஞ்சுப் புரட்சிக்கு (1972) முன்னர் தோன்றிய கருத்துச் சுதந்திர வெள்ளம் தீதேரோ, ஹெல்விஷியோ, தோல்பாஷு, லாமேத்ரி போன்ற லோகாயதத் தத்துவாளர்களை உருவாக்கியது. பத்தொன்பதாம் நூற்றாண்டில் லுட்விக் ஃபேவர்பாக் லோகாயத வாதம்

குறித்து எழுதினார். அவரது முத்திரை மார்க்ஸின் மேல் விழுந்தது. மார்க்ஸ் ஹெகலின் 'முரண்பாட்டு விதிமுறை'யைக் கலந்து, லோகாயதத் தத்துவ இயலின் முழு உருவத்தை நம் முன்னே வைத்தார். அத்துடன் தத்துவ இயலைக் கற்பனை விளையாட்டிலிருந்து மீட்டு முதன் முதலாக அதைச் சமூகவியலில் பயன்படுத்தினார்.

எண்ண முதல் வாதம் சமூகவியலில் குழப்பமும், ரகசியவாதமும் வேறெதையும் உருவாக்க முடியாது. அது சமுதாய அமைப்பில் எவ்விதத்திலும் தலையிடாமல், கடவுள், பரம தத்துவம், புரியாததை நம்புதல், பக்தி ஆகியவற்றை உபதேசிக்க மட்டுமே முன்வரும். ஆனால் மார்க்ஸீயத் தத்துவக் கருத்துக்கள் இதற்கு நேர்மாறானவை. மனித இனத்தைப் போலவே மனித சமுதாயமும், அதன் பொருளாதார மத அமைப்புகளும் இயற்கையிலிருந்து உருவானவையேயாகும். மனிதன் இயற்கைக்குக் கட்டுப்பட்டவன். இயற்கை மனிதனுடைய தேவை களைப் பூர்த்தி செய்யும் வரையிலுமே அவன் உயிர் வாழ முடியும். பவுதீக உற்பத்திப் பொருட்களான உணவு, உடை, அவற்றின் உற்பத்திச் சாதனங்களையே மனித சமுதாயம் சார்ந்து நிற்கிறது.

'மகத்தான மானசீகப் பண்பாடு', 'அழகிய கருத்துக்கள் 'தெய்வீக சிந்தனை' போன்ற பெரிய பெரிய சொற்களை நீங்கள் பயன்படுத்தலாம். ஆனால் அவையனைத்தும் பவுதீக உற்பத்தியின் விளைவுகளே!

மாபெரும் இந்திக் கவிஞரும், துறவியுமான கபீர் கூறினார்:

"கடவுள் பக்தியில் நான் ஒன்றையும் காணவில்லை. மத நூலிலும் ஒன்றையும் நான் பார்க்கவில்லை. நான் உணவிலேதான் எல்லாமுமே கண்டேன். வெறும் வயிற்றுடன் கடவுள் பக்தி செய்ய முடியாது."

தத்துவ இயல் தோன்றுவதற்கு எப்பொழுது வாய்ப்பு கிடைத்தது? இயற்கையை மனிதன் அதிகமாகக் கட்டுப்படுத்திய போது, மனிதனின் உழைப்பால் உற்பத்தி பெருகிற்று. உணவு, உடைகளைச் சம்பாதிப் பதிலே அவனுடைய காலமெல்லாம் செலவாகாமல், கொஞ்சம் மிஞ்சவும் துவங்கியது. சும்மா உட்கார்ந்து கிடக்கும் நபருக்காக உழைக்க மற்றவர்கள் தயாரானார்கள். இவ்விதம் மனிதன் வேலைப் பளுவிலிருந்து விடுதலை பெறும்போதுதான் அவன் சிந்திக்கவும், வாதம் செய்யவும், திட்டமிடவும் 'அழகிய பண்பாடு', 'பிரம்ம ஞானம்' போன்றவற்றை உண்டாக்கும் தகுதியும் பெறுகிறான். மற்ற இடங் களைப் போலவே, சமுதாயத்திலும் பவுதீக சக்தி அல்லது இயற்கையே மனத்தின் தாயாகும்; மனம் இயற்கையின் தாயல்ல.

மானசீக வாழ்வின் சிறப்பியல்புகளை லோகாயதவாதம் விளக்க முடிவதைப்போல், எண்ண முதல் வாதத்தால் விளக்க இயலாது.

ஏனெனில் எண்ண முதல் வாதம் கருத்துக்கள், விஞ்ஞானம் ஆகியவற்றுடன் உலகத்திற்கோ அல்லது அதிலுள்ள பொருட்களுக்கோ எவ்விதத் தொடர்புமில்லை என்று நினைக்கிறது. ஹெகல் எப்படிப் பட்ட ஒன்றுக்கொன்று சம்பந்தமில்லாத விஷயங்களைத் தன்னுடைய "தத்துவ வரலாற்றில்" கூறுகிறார். பாருங்களேன் "இந்த நல்லது (சிவம்) என்னும் உணர்வே கடவுளாகும். கடவுள் உலகத்தை ஆள்கிறார். அவரது குண நலன்களின் உருவம், அவரது திட்டத்தின் பூர்த்தி, உலக வரலாறாகும்." கிழக் கடவுள் ஒரே சமயத்தில் ஆதாமையும், ஏவாளையும் அல்லது ரிஷிகள், முனிகள், வேசிகள், கொலைகாரர்கள், பெருநோய்க்காரர்கள் முதலியவர்களை உண்டாக்கினார். அத்துடன் பசியையும், ஏழ்மையையும், ஆண்-பெண் உறவு சம்பந்தமான நோய் களையும் பாவிகளுக்குத் தண்டனை அளிப்பதாக உண்டாக்கினார். பாவம் புரிவதற்காகவே அவர்கள் படைக்கப்பட்டது போலவும், பின்னர் நீதி விசாரணை நாடகம் நடத்தப்பட்டுத் தண்டனை அளிப்பது போலவும் தோன்றுகிறது. இது என்ன ஏமாற்று வித்தை. அதுவும் ஒரு நாளைய நாடகமல்ல. அனாதி காலந்தொட்டு அனந்தக் காலம் வரையிலும் இந்த நாடகம் தொடர்ந்து நடந்து கொண்டே இருக்கப் போகிறது. இப்படிப்பட்ட கடவுளை எண்ண முதல் வாதத் தத்துவாளர்கள் வாசல் வழியாக அல்லாமல் ஜன்னல் வழியாக, தலையைச் சுற்றி மூக்கைப் பிடிப்பதைப்போல் நம் முன்னே கொண்டு வந்து நிறுத்த விரும்புகின்றனர்.

இலாயதிக்களின் தலைவரான கிரேக்கத் தத்துவாளர் பர்மேனித் ஒவ்வொரு பொருளும் நிலையானது, அனாதியானது, எல்லையற்றது, ஒரே விதமானது, மாற்றமில்லாதது, பிரிக்க முடியாதது, அழியாதது என்று கூறினார். ஜேனோ (கி.மு. 336-246) அம்பை உதாரணமாக்கி அது ஒவ்வொரு வினாடியும் ஏதாவது ஒரு இடத்தில் இருப்பதால், அதன் இயக்கம் பிரமையைத் தவிர வேறல்ல என்றார். இவ்விதம் அவர் அம்பு பாய்ந்து செல்வதை எல்லாரும் தமது கண்களால் தெளிவாகப் பார்ப்பதையே மறுத்து, 'நிலையான வாத'த்தை வலியுறுத்தினார். இதற்கு நேர்மாறாக உலகத்தில் இயங்காத பொருள் எதுவுமே இல்லை என்று ஹெராகிலிது சொன்னதையும் கவனித்தோம். ஒவ்வொரு பொருளும் பிரவகித்துக்கொண்டே இருக்கிறது. எதுவுமே நிலையாக இல்லை. "ஒரே ஆற்றில் இரண்டு முறை இறங்க முடியாது; ஏனெனில் ஆறு தொடர்ந்து மாற்றமடைந்து கொண்டே இருக்கிறது" என்றார் அவரது நண்பர் கிராதிலோ. பரமாணுவாதியான தெமோகிருது இயக்கத்தை- குறிப்பாகப் பரமாணுக்களின் இயக்கத்தை- எல்லாப் பொருட்களும் அடிப்படையாகக் கருதினார். ஹெகல் இயக்கத்தையும், 'இல்லாதது இருப்ப'தையும் ஆதரித்தார்.

2. தத்துவம்: இயக்கமும், மாறுதல் சித்தாந்தமும் ஹெகல் தத்துவ இயலின் ஆதாரங்களாகும். ஹெகலின் இந்த இயக்கத் தத்துவத்தை மேலும் வளப்படுத்தி மார்க்ஸ் தனது தத்துவ இயலை உண்டாக்கினார். உலகத்தையும் அதிலுள்ள உயிருள்ளவைகளையும், உயிரற்ற பொருள்களையும், சமுதாயத்தையும் இரண்டு கண்ணோட்டங் களால் பார்க்கலாம்; ஒன்று, பர்மேனித், ஜேனோவைப்போல் நிலையானதாகவும், அசைவற்றதாகவும் கருதுதல்: நிலையான தத்துவம் மற்றொன்று ஹெராகிலிது, ஹெகலைப் போன்று இயக்கத் தத்துவத்தை (வினாடிக்கு வினாடி மாறுவதை) ஒப்புக் கொள்ளும் இயற்கை, நிலையான வாதத்திற்கெதிரானது என்பதை ஒரு வழிப்போக்கன் கூட சொல்வதைப் போலவே, பிரபல விஞ்ஞானி ஐன்ஸ்டீனும் கூறுகிறார். ஒரு காலத்தில் நிலையாகவும், அசைவில்லாமலும் கருதப்பட்ட நட்சத்திரங்கள் மணிக்குப் பல ஆயிரம் கிலோ மீட்டர் வேகத்தில் ஓடிக் கொண்டிருக்கின்றன என்னும் உண்மை இப்பொழுது நமக்குத் தெரியும். கருவின் மிகவும் சிறிய பகுதியான பரமாணுக்கள் ஓடிக் கொண்டிருக்கின்றன. அவற்றைவிட மிகவும் நுணுக்கமானவையான 'எலக்ட்ரான்'கள் பரமாணுக்குள்ளே சுழன்று கொண்டும், ஒரு பகுதியிலிருந்து மற்றொரு பகுதிக்கு பாய்ந்தோடிக் கொண்டு மிருப்பதையும் பார்க்கிறோம். செடி, கொடிகளும், மிருகங்களும்கூட எப்பொழுதோ 'கடவுள்' அவற்றைப் படைத்ததைப்போல் இன்றில்லை. இன்றுள்ள உயிரினங்களும், செடி, கொடிகளும் முற்றிலும் வேறானவை என்பதை நிலவியல் மூலம் அறிந்து கொள்ளலாம். பழங்காலத்தில் மூன்றடுக்கு மாடி அளவு உயரமும், ஒரு முழு சரக்கு ரயில்வண்டி நீளமும் உடைய ஊர்ந்து செல்லும் உயிரினம் இருந்தது. அது இப்பொழுது எங்கே இருக்கிறது? கோடிக்கணக்கான வருடங்களுக்கு முன்பு இவ்வுலகம் யாருக்குச் சொந்தமாக இருந்ததோ, அவர்கள் பெயரைச் சொல்பவர்கள்கூட இன்று எவருமில்லை. அக்காலத்தில் மாமரமோ, தேவதார் மரமோ இருந்ததில்லை. அன்றைய காடுகளில் மானோ, செம்மறியாடோ, ஆடோ, பசுவோ எதுவுமே இருக்கவில்லை. குரங்கும், மனிதக் குரங்கும், மனிதனும் மிகப் பிற்காலத்தில் தோன்றினர். 'சர்வவல்லமை படைத்த' கடவுள் பாவம் சிருஷ்டியைப் படைக்கும் போது இவற்றையெல்லாம் படைக்க திறனில்லாமலிருந்தார். இன்று மனிதன் விஞ்ஞான ஆராய்ச்சிகளின் மூலம் புத்தம் புதிதாக யார்க்ஷைர் பன்றிகளையும், கருநிற ரோஜா மலர்களையும் உண்டாக்கி, அவற்றின் இனவிருத்தி செய்யவும் அறிந்திருக்கிறான்.

ஆகவே உலகத்தில் எந்தப் பொருளுமே நிலையாக இல்லை என்பதில் ஐயமில்லை. நான் இப்பொழுது காகிதம் வைத்து எழுதிக் கொண்டிருக்கும் மரப்பெட்டியும்கூட ஒவ்வொரு வினாடியும்

மாற்றமடைந்து கொண்டே இருக்கிறது. ஆனால் பரமாணுக்கள் உருவத்திலும், எலக்ட்ரான்கள் உருவத்திலும் நிகழ்ந்து கொண்டிருக்கும் மாறுதலை நாம் நமது கண்களால் காணமுடியாது. நமது கண்களின் சக்தி கோடி மடங்கு அதிகமாக இருந்தால், இம்மரப்பெட்டியில் பறந்து கொண்டிருக்கும் பரமாணுக்களைக் காணமுடியும். இப்பரமாணுக்கள் மிகவும் நிதானமாகவும், ஒவ்வொன்றாகவும் மரப்பெட்டியை விட்டுச் சென்று கொண்டிருப்பதால், மரப்பெட்டி தேய்ந்து, பழுதாகி, உடைந்து போக இன்னும் நீண்டகாலம் பிடிக்கலாம். அப்போதைக்கு நான் அதன்மேல் காகிதம் வைத்து எழுதவேண்டிய அவசியம் இருக்காது.

நிரந்தரம் இயங்கிக் கொண்டே இருக்கும் பவுதீக சக்திகள் இந்த உலகத்தின் அடிப்படைக் காரணங்களாகும். ஏதாவதொரு வெளிப்புறக் காட்சியைக் காணும்போது நாம் அதன் வெளிப்புற ஸ்திரத் தன்மையை மட்டுமே கணக்கிலெடுத்துக் கொள்ளக்கூடாது. நாம் அதன் உட்புற நிலைமையைக் கவனிக்க வேண்டும். அப்பொழுது நமக்கு இயக்க இயலே உலகத்தின் உண்மையான தத்துவ இயல் என்பது புரியும்.

(க) இயக்க இயல்: (Dialectic) ஹெராகிலிது, ஹெகல், புத்தர் ஆகியோர் அனைவருமே நிலையற்ற வாதம், வினாடிக்கு வினாடி மாறும் தத்துவம் ஆகியவைகளை விளக்கி, இறுதியில் இயக்க இயலையே அடைந்தனர்." "முரண்பாடு எல்லா இன்பங்களின் தாய்" என்று ஹெராகிலிது கூறினார். "முரண்பாடு என்பது என்ன? முந்தைய நிலைமையில் மாற்றம் தோன்றச் செய்வது. பொருட்களிலும், சமூக அமைப்புகளிலும் பரஸ்பர முரண்பாட்டினால் மாற்றம் தோன்றுகிற தென்பதால், இதை 'இயக்க இயல்' என்று குறிப்பிடுகின்றனர். ஹெகல் இயக்க இயலை சிந்தனைத் துறைக்குள் மட்டுமே அடக்கி வைத்தார்; ஆனால் மார்க்ஸ் அதை சமுதாயத்திற்கும், சமுதாய நிறுவனங்களுக்கும், மற்ற எல்லா விஷயங்களுக்கும் கூடப் பொருந்து மென்றார். முரண்பாடு தத்துவத்தை நாம் உயிரின வளர்ச்சியில் பார்க்கலாம். இங்கிலாந்திலுள்ள லங்காஷைர் நகரம் ஒரு பெரிய தொழில் நகரம். அங்குள்ள தொழிற்சாலைகளின் கணக்கற்ற புகைபோக்கிகளால் நகர் முழுதும் அட்டைக் கருப்பாக மாறிவிட்டது. நிலம், கட்டிடங்கள், செடி, கொடிகள் அனைத்துமே புகையினால் கருத்துவிட்டிருக்கின்றன. இந்த நிலைமையில் வெள்ளை நிறப்புழுக்கள் ஊர்ந்து செல்வது தெளிவாகத் தெரிவதால், காகம், பருந்து போன்றவை அவற்றைச் சுலபமாகக் கண்டுபிடித்துக் கொத்தித் தின்றுவிடுகின்றன. சில காலத்திற்கு வெள்ளைப் புழுக்களே மறைந்து போகும் நிலைமை ஏற்பட்டு விட்டது. அப்பொழுது அப்புழுக்களிலேயே இன மாற்றம்

ஏற்பட்டு, கருநிறப்புழுக்கள் தோன்றவாரம்பிக்கின்றன. மெல்ல மெல்ல அவற்றின் எண்ணிக்கையும் பெருகுகிறது. இதற்கிடையே வெள்ளைப் புழுக்கள் முழுவதும் மறைந்து விடுகின்றன. பத்தாண்டு களுக்குப் பிறகு லங்காஷைர் வருபவர்கள், "இங்கிருந்த வெள்ளைப் புழுக்கள் என்னவாயிற்று?" என்று வியப்புடன் கேட்பார்கள். இங்கேயும் இயக்க இயல் நமக்குப் பயன்படும். (1) ஒரு காலத்தில் வெள்ளைப் புழுக்கள் இருந்தன. (2) பிறகு எல்லாமே கருத்துவிடும் எதிரான சூழ்நிலையில், அந்த சூழ்நிலையை எதிர்த்துப் போர் துவங்கியது. (3) இறுதியில் இன மாற்றத்தால் கருநிறப்புழுக்கள் தோன்றின. அவற்றின் நிறம் கருமைச் சூழ்நிலையில் கண்ணுக்குத் தெரிவதில்லை. அவைகளை வேட்டையாடும் பறவைகள் அதிக உழைப்பும், காலமும் செலவிட நேரிடும். இதனால் அப்புழுக்கள் வளர்ந்து பெருகத் தொடங்குகின்றன. முதல் நிலைவாதம் இரண்டாவ தான எதிர்நிலை எதிர்வாதம், இரண்டின் முரண்பாட்டால் பிறந்த மூன்றாவது பொருள், நல்வாதமாகும். நல்வாத நிலையில் நம்முன் தோன்றிய கரு நிறப்புழு, அதே பழைய வெள்ளைப் புழுவல்ல. அதன் வரப்போகும் தலைமுறைகள் அனைத்தும் கருநிறப் புழுக்களாகத்தான் இருக்கும். அது ஒரு புதிய பொருள். புதிய இனம். இது மேலெழுந்த வாரியான மாற்றமல்ல; இது தலைமுறை மாற்றமாகும். (இனமாற்ற மாகும்) இந்த மாறுதலை இயக்க இயல் மாறுதல் (Dialectical Change) என்கிறோம்.

நாம் இயக்கத்தை அல்லது வினாடிக்கு வினாடி மாறும் தத்துவத்தை ஒப்புக்கொள்ளும்போதே, முரண்பாட்டை அடைந்து விடுகிறோமென்பதைக் கண்டோம். மேலே கூறிய உதாரணத்தில், புழுவையும், சூழ்நிலையையும் ஒரே சமயத்தில் பார்த்தோம். இரண்டும் முரண்பாட்டில் இணைந்ததையும் கவனித்தோம். அதாவது முரண்பாடு நம்மை இரு எதிர்ச்சக்திகளின் இணைப்பின் (Union of opposites) அருகில் கொண்டு செல்கிறது. வாதம், எதிர்வாதம் ஆகியவற்றின் தகராறு நல்வாதத்தில் முடிந்தது. அதையே நாம் இயக்க இயல் மாறுதல் என்கிறோம். இம்மாறுதல் அடிப்படை மாறுதலாகும். இங்கே பொருள் உருவத்திலே மட்டுமல்லாமல், தன்மையிலும் மாறிவிடுகிறது. இதையே அடுத்த தலைமுறைகளுக்குக்கூட மாறிவிட்ட லங்காஷைர் புழுக்கள் எடுத்துக்காட்டின. இதையே குணாம்சமான மாறுதல் என்று கூறுகிறோம். வாதத்தை அழிக்க எதிர்வாதம் விரும்புகிறது. பின்னர் எதிர்வாதத்தை நல்வாதம் எதிர்கொள்கிறது. இவ்விதம் எதிர்வாதத்தால் வாதம் இல்லாமல் போய்விடுகிறது. நல்வாதத்தால் எதிர்வாதம் இல்லாமற் போய்விடுகிறது. அல்லது நல்வாதம் இல்லாததற்கு இல்லாதது, அல்லது மறுப்புக்கு மறுப்பாகும்

(Negation of Nagation). குட்டித் தேள் தனது தாயைக் கொன்றுவிட்டு வெளியே வருகிறதென்பது தவறானதென்றாலும், 'மறுப்புக்கு மறுப்பை'ப் புரிந்து கொள்ள இது ஒரு சிறந்த எடுத்துக்காட்டாகும். முதலில் பாட்டித் தேள் இருந்தது. அதைக் கொன்றுவிட்டு (மறுப்பு) தாய்த் தேள் வந்தது. பின்னர் அதைக் கொன்றுவிட்டு மகள் தேள் பிறந்தது. முதல் தலைமுறையின் மறுப்பு இரண்டாவது தலைமுறை யாகும். இரண்டாம் தலைமுறையின் மறுப்பே மூன்றாம் தலைமுறை யாகும். சிந்தனை வளர்ச்சியானாலும், உயிரின வளர்ச்சியானாலும் எல்லா இடங்களிலும் இந்த 'மறுப்பின் மறுப்பை'க் காணலாம்.

முரண்பாடுகளின் இணைப்பு, குணாம்சமான மாறுதல், மறுப்பின் மறுப்பு என்பவை குறித்து எமது மற்றொரு நூலான "விஞ்ஞான லோகாயத வாத"த்தில் விரிவாக எழுதியிருப்பதால் இங்கே இத்துடன் முடிக்கிறோம்.

(ங) எண்ண முதல் வாதத்தைப் பற்றிய விமரிசனம்: எண்ண முதல் வாதிகளில் காண்ட்டானாலும், பர்க்லேயானாலும் விஞ்ஞானிகள் எந்த உலகத்தின் மேல் ஆராய்ச்சிகள் நடத்துகிறார்களோ, அந்த உலகமே தவறானதென்று வற்புறுத்திக் கூறினார்கள். அவர்களிருவரும் விஞ்ஞானிகளின் உண்மை உலகு என்னவென்பதையே அறிய மாட்டார்கள். உண்மை உலகத்தின் (விஞ்ஞான உலகத்தின்) நிழலை மனம் தோன்றச் செய்கிறது. அதை மட்டுமே அவர்கள் அறிவார்கள். காரண காரிய விதியை அவர்களால் நிரூபிக்க இயலாது. இரும்பைக் காய்ச்சி உங்களுக்குச் சூடு போடுகிறார்கள் என்று வைத்துக் கொள்வோம். இங்கே உங்களுக்கு என்ன தெரிகிறது? பழுக்கக் காய்ச்சிய இரும்பின் சிவப்பு நிறம், உடலில் சூடு, நிறமும், சூடும் தவிர வேறெதையுமே நீங்கள் அறியமாட்டீர்கள். இவ்விரண்டும் மனத்தின் கற்பனையாகும். இப்படியாக விஞ்ஞான விதிகளும், வாய்ப்புகளும் மனத்தின் பழக்கங்கள் தவிர வேறல்ல.

மார்க்ஸீயம் கூறுகிறது: உங்களுக்கு ஒரு பொருள் தெரியுமென்றால், அதில் கருத்தும் தவறாமல் கலந்திருக்கும். ஆனால் இதன் பொருள் சிவப்பு நிறமும், சூடும் மட்டுமே நீங்கள் அறிவீர்கள் என்பதல்ல. பொருள் இருப்பதையே நீங்கள் மறுத்தால், அறிவு பெறுவதே இயலாத காரியமாகிவிடும். நீங்கள் அறிவு இருப்பதை ஒப்புக் கொண்டால், அறிய வேண்டியதையும், அறிபவனையும் கூட ஒப்புக்கொண்டது போல்தான். அறிய முடியாதவர்கள் அறியக்கூடிய பொருளை எப்படி அறிய முடியும்? உலகத்துடன் தொடர்பே இல்லாமல் எண்ணத்தால் மட்டுமே அதை அறிய முடியாது. இந்த நிலையில் நீங்கள் உங்கள் கருத்துக்களை மட்டுமே அறிய முடியும் என்பது எப்படிச் சரியாகும்?

புலன்களும், விஷயமும் இணையும் போதுதான் நமக்கு முதன் முதலில் பொருள் இருப்பது தெரிகிறது. பவுத்தத் தத்துவ அறிஞர்களான திக்நாகருடன், தர்மகீர்த்தியும்கூட யதார்த்தம் கற்பனையில்லாதது என்றனர். சிவப்பு நிறமும், சூடும் பின்னால் தோன்றும் கற்பனைகள். உண்மையில் அவற்றை யதார்த்தங்களென்று எண்ணக்கூடாது. அனைத்து அறிவுகளின் தோற்றுவாயான யதார்த்தம் முதன் முதலில் நமக்குப் பொருள் இருப்பதை அறிவுறுத்துகிறது. நாம் விஷயத்தைப் பூரணமாக அறிய மாட்டோம் என்பது உண்மைதான். அதைக் குறித்து எல்லாமும் அறியமாட்டோம். ஆனால் அது இருப்பதை நன்கு அறிவோம். இதில் எள்ளளவும் சந்தேகமில்லை. புலனறிவு நமக்குப் பொருளைப்பற்றிக் கொஞ்சமே தெரிவிக்கிறது. அது தெரிவிப்பதும் ஒரு சார்புடையதேயாகும். எண்ண முதல் வாதத்தில் இருக்கும் அற்ப உண்மை இந்தச் சார்புடைய தன்மையேயாகும். இது எல்லா அறிவுகளுக்கும் பொருந்தும்.

இயற்கை வெளிப்புறப் பொருளாக இருக்கிறதென்பது நிச்சயம். ஆனால் அது முழு உருவில் எப்படி இருக்கிறதென்பது ஒரு ரகசியமாகும். அந்த ரகசியத்தை வெளிப்படுத்துவது இயற்கையின் சுபாவத்திலேயே இல்லை. அது நமக்கு நிலைமைகளைத் தெரிவிக்கிறது. நாம் நிலைமைகளின் மூலம் இயற்கையைக் காண்கிறோம். எல்லா யதார்த்த நிலைகளும், சிறப்பானவையாகவும் அல்லது தனிப்பட்ட முறையிலும் இருக்கின்றன. அவையனைத்தும் குறிப்பிட்ட சூழ்நிலை களில் இருக்கும். தூய யதார்த்த நிலை- சிறப்பான விஷயமும், சூழ்நிலையும் இல்லாதது- எப்பொழுதுமே இருப்பதில்லை. நாம் எப்பொழுதும் பொருட்களின் சிறப்பு உருவத்தை மட்டுமே காண்கிறோம். நாம் ஒரு நேரான தடியை நீரில் நிற்க வைத்தால், அது வளைந்தும், சிறியதாகவும் தென்படுகிறது. அந்த வளைவும், அளவும் தடியின் வளைவும், அளவும் அல்ல. அந்தக் குறிப்பிட்ட சூழ்நிலையில் காணப்பட்ட தடியின் உருவங்களேயாகும்.

ஆகவே அறிவு என்பது யதார்த்தத்தின் நிழலாகும். அது நிழல் மட்டுமேகூட அல்ல. அது கண்ணோட்டமும், அறிபவனின் நோக்கமு மாகும். இதனாலேயே அது சரித்திர வளர்ச்சியின் ஒரு குறிப்பிட்ட நிலையை முழுவதுமாகச் சார்ந்திருக்கிறது. இடம், காலம் ஆகிய சூழ்நிலைகளில்லாமல் அது பொருளைத் தெரிவிக்க இயலாது. 'இயற்கை நமக்குத் தெரிவதே இல்லை' என்பதற்கும், 'அது எப்பொழுதும் மற்றொன்றைச் சார்ந்திருக்கும்' என்பதற்கும் 'ஆமாம்', 'இல்லை' என்னுமளவுக்கு வேற்றுமை இருக்கிறது. மார்க்ஸீயம் சார்பு அறிவு நிச்சயம் இருக்கிறதென்று நம்புகிறது. இதனால் விஞ்ஞானக்

கண்டுபிடிப்புகளை ஆதரிக்க முடிகிறது. எண்ண முதல் வாதம் பொருள் இருப்பதையே மறுத்து, அறிவைச் சாத்தியமில்லாததாக்கி விடுகிறது. அதன் மூலம் அது விஞ்ஞானத்தையே தேவையற்றதாக்கி விடுகிறது.

(ச) லோகாயத வாதமும், மனமும்: நாம் எண்ண முதல்வாத கற்பனா உலகிலிருந்து கீழிறங்கி யதார்த்த உலகிற்கு வந்தால், பவுதீக சக்திகளும், இயற்கை உலகமும் மனதிலிருந்து பிறந்தவையல்ல என்பதும், மனம்தான் பவுதீகச் சூழ்நிலையிலிருந்து பிறந்தது என்பதும் தெரியவரும். உலகம் ஏறக்குறைய இருநூறு கோடி வருடங்கள் பழையதாகும். உயிரினங்கள் சில கோடி வருடங்களுக்குமுன் தோன்றியிருக்கலாம். ஆனால் அந்த உயிரினங்களிடம் 'உலகையாக்கும் மனம்' இருந்ததில்லை. மனிதன் பத்துலட்சம் வருடங்களுக்குமுன் தோன்றினானென்று கருதலாம். ஆனால் ஜாவா, சீனா மனிதனிடமும் 'உலகையாக்கும்' மனம் மட்டும் இருந்ததில்லை. 'உலகையாக்கும் மனம்' இரண்டாயிரத்து ஐந்நூறு ஆண்டுகளுக்கு முன்புதான் தத்துவாளர்களின் மயக்கத்தில் பிறந்தது. இதன் பொருள் இருநூறு கோடி ஆண்டுகளிலிருந்து சில லட்ச ஆண்டுகள் முன்பு வரையிலும் மனம் இருந்த இடம் தெரியவில்லை. ஆனால் இந்தக் கால கட்டத்தில் பவுதீக சக்திகள் இருந்தன. ஆனால் குழந்தை நிலையிலிருந்த மனத்தைப் பவுதீக சக்திகளின் தந்தை என்று சொல்வது, குழந்தையைத் தந்தைக்குத் தந்தையாக்குவது அல்லவா. அடிப்படை பவுதீக சக்திகளிலிருந்து பரமாணு, அணு, பின்னர் துவக்கக் காலத்தில் உயிரற்ற சிறிய கருக்கள், உயிரற்றவைகளுக்கும் உயிருள்ளவைகளுக்கும் இடையிலான சூட்சும கிருமிகள் (Virus) ஒரேயொரு கண ஜீவிகளான மிக நுணுக்கமான பாக்டீரியாக்கள் தோன்றின. ஒரு கண ஜீவிகளிலிருந்து வரிசையாக வளர்ச்சி பெற்று எலும்பில்லாத உயிர்களும், எலும்புள்ள உயிர்களும், குட்டிகளை பால் கொடுத்து வளர்க்கும் உயிர்களும் தோன்றி, கடைசியாகச் சில லட்சம் ஆண்டுகளுக்கு முன் மனிதன் தோன்றினான். இதுவெல்லாம் ஆரம்பத்தில் மனம் இருந்ததையோ, அதன் சிந்தனையிலிருந்து உலகம் தோன்றியதையோ, அதன் கற்பனை, உலகமாக உருப்பெற்றதையோ உறுதிப்படுத்தவில்லை. பவுதீக சக்திகள் உயிரினங்கள் தோன்றுவதற்கு முன்பே இருந்ததையும், உயிரினங்கள் பிற்கால நிலைமைகளிலிருந்து தோன்றியவை தான் என்பதையும் விஞ்ஞானமும், நிலவியலும், வளர்ச்சிச் சித்தாந்தமும் நமக்குத் தெரிவிக்கின்றன. உயிரினங்கள் தோன்றிய எத்தனையோ காலத்திற்குப்பின் மனம் தோன்றியது. ஆகவே மனம் பவுதீக சக்திகளி லிருந்து பிறந்தது என்பது தெளிவு.

இதன்பொருள் மனம் என்பது பவுதீக சக்தி என்பதல்ல. பவுதீக சக்திகள் நிரந்தர மாறுதல் அடைந்துகொண்டே இருக்கின்றன. அதனால் சூழ்நிலையில் எதிர்ப்பு, முரண்பாடு ஆரம்பமாகின்றன. இதனால் இயக்க இயல் மாறுதல், குணாம்சமான மாறுதல் நிகழ்கிறது. குணாம்ச மாறுதல் நிகழ்ந்த பிறகு அதை நாம் 'அதே பழைய பொருள்' என்று சொல்ல முடியாது. ஏனெனில் குணாம்ச மாறுதல் முற்றிலும் புதியதான ஒரு பொருளை நம் முன்னே கொண்டுவந்து நிறுத்துகிறது. இப்படிப்பட்ட பவுதீக சக்திகளின் குணாம்ச மாறுதலே மனம் என்பதாகும். அது பவுதீக சக்திகளிலிருந்து பிறந்தாலும், அது பவுதீக சக்தியல்ல.

அத்தியாயம் ஐந்து
இருபதாம் நூற்றாண்டுத் தத்துவாளர்கள்

இருபதாம் நூற்றாண்டில் விஞ்ஞான வளர்ச்சி மேலும் வேகமாக ஏற்பட்டது. மனிதன் இதுவரை கடலிலே 'நீந்தி'க் கொண்டிருந்ததைப் போலவே, வானத்தில் சுதந்திரப் பறவையாகப் பறக்கத் தொடங்கினான். அவன் ஆயிரக்கணக்கான மைல்கள் தூரத்திலிருந்துவரும் ஒலிகளை- செய்திகளையும், பாடல்களையும்- தெளிவாகக் கேட்கும் அளவுக்குக் கேள்விச் சக்தியைப் பெற்று விட்டான். ஆயிரக்கணக்கான மைல்கள் தொலைவிலுள்ள காட்சிகளைக் காணுமளவிற்கு அவனது கண்களின் ஒளி தீட்சண்யம் பெற்றுவிட்டது. இதில் இன்னும் வளர்ச்சியடைய வேண்டிய தேவையுள்ளது. சென்ற நூற்றாண்டில் அசையாத கற்சிலை களைப் போல் கண்ட உருவங்களும், குகையின் எதிரொலிகளைப் போன்று கேட்ட ஒலிகளும் இன்று நம் முன்னே நடந்து திரிவதையும், பேசிப் பாடுவதையும் பார்த்து மகிழ்ந்து கொண்டிருக்கிறோம். ஆனால் சில ஆண்டுகளுக்குள்ளேயே நாம் உயிருள்ளவர்களைக் காணவும், அவர்களது பேச்சுக்களைக் கேட்கவும் போகிறோம் (இங்கே ராகுல்ஜி தொலைக்காட்சியைப் பற்றிக் (டெலிவிஷன்) குறிப்பிடுகிறார்- மொ-ர்). இவையனைத்தும் சில நூற்றாண்டுகளுக்கு முன்புவரை கடவுளின் அற்புதச் செயல்களாகவும், அலௌகீகச் சாதனைகளாகவும் கருதப் பட்டு வந்தன.

மனிதனிடம் ஒரு அறிவு எல்லையும், ஒரு அறியாமை எல்லையும் இருக்கின்றன. அவனுடைய அறியாமை எல்லை பெரிதாக இருந்த போது அதிலே கடவுளுக்கும், மதத்திற்கும் வாய்ப்பு அதிகம் இருந்தது. அறிவு எல்லை அறியாமை எல்லையைக் கடுமையாகத் தாக்கித் தனது எல்லையை விஸ்தரித்துக் கொள்ள முயற்சித்தபோது கடவுளும், மதமும், அபாயத்திற்குள்ளாயினர். அந்நிலையில் அறியாமை அரசை வலுப்படுத்தத் 'தத்துவ இயல்' தோன்றியது. மக்கள் கண்களில்

மண்ணைத் தூவுவதுதான் அதன் முக்கிய பணியாக இருந்தது. தனது பெயருக்கு எதிரிடையாக, கி.மு. ஏழாம் ஆறாம் நூற்றாண்டுகளில் தான் தோன்றிய காலத்தில் தத்துவ இயல் புரிந்த அதே உளுத்துப் போன வாதத்தையே இப்பொழுதும் செய்து வருகிறது. தத்துவ இயல் அவ்வப் பொழுது கடவுளையும், மதத்தையும் எதிர்த்து வந்ததென்றாலும், அவ்வெதிர்ப்பு பெயரளவுக்குத்தான் இருந்தது.

இருபதாம் நூற்றாண்டுச் சார்பு நிலைத் தத்துவம் க்வாண்டம் சித்தாந்தம், எலக்ட்ரான், நியூட்ரான் போன்ற எத்தனையோ புரட்சி கரமான விஞ்ஞானத் தத்துவங்களை அளித்தது. இவை குறித்து வேறொரு நூலான 'உலக வரைபடத்'தில் விவரித்துள்ளோம். இவையனைத்துமே கடவுள், மதம், பரம தத்துவம், எண்ண முதல் வாதம் ஆகிய எல்லாவற்றையுமே அபாயத்திற்குள்ளாக்கிவிட்டனர். ஆனால் இந்த 'நெருக்கடியான' நிலையில் தத்துவாளர்கள் சும்மா இருக்கவில்லை. ஆனால் தத்துவ இயலின் வண்டவாளம் அம்பலமாகி விட்டதை அவர்களால் மறைக்க முடியவில்லை. இதனால் கடவுள், மதம், சம்பிரதாயம் ஆகியவைகளை அவர்களால் பாதுகாத்து நிறுத்த முடியவில்லை. காண்ட் கூட தனது 'அறிவு எல்லையைக் கடந்த' தத்துவத்தின் மூலம், கடவுள், மதம், சம்பிரதாயங்களை நம் தலையில் கட்ட விரும்பினார். இதே முயற்சியே ஃபிக்டே, ஹெகல், ஸ்பென்ஸர் ஆகிய தத்துவாளர்களும் செய்தனர்.

இருபதாம் நூற்றாண்டுத் தத்துவாளர்களில், "உபநிஷத்துகளிடம் திரும்புங்கள்!" என்று அறைகூவும் ராதாகிருஷ்ணனைப் போலவே, "காண்ட் டிடம் திரும்புங்கள்" என்று கூவியழைக்கும் ஜெர்மானியத் தத்துவாளர்களான கோஹேன், விண்டேல் பாண்ட், ஹுஸ்ஸெர்ல் ஆகியோரைக் காண்கிறோம். ஒரு பக்கம் யூகேனும், பர்க்ஸானும் ஆன்மீக வாழ்க்கை சித்தாந்தத்தையும், ஆக்கபூர்வமான வாழ்க்கைத் தத்துவத்தையும் பிரச்சாரம் செய்வதைப் பார்க்கிறோம். மற்றொரு பக்கம், வில்லியம் ஜேம்ஸ் செல்வாக்குச் சித்தாந்தமும் (Pragmatism) பெட்ரண்ட் ரஸ்ஸல் கடந்த காலமும், விஞ்ஞானமும் அல்லாத தத்துவமும் பரப்பி வருவதைக் காண்கிறோம். இத்தத்துவாளர் அனைவரும் கடந்த கால மோகத்தில் மூழ்கியிருக்கின்றனர். "ஐயகோ! எங்கள் காலம் கழிந்து விட்டதே!" என்னும் நோய் மிகவும் கெட்டது. ஆனால் இவையெல்லாம் பகுத்தறிவைச் சார்ந்திருக்கவில்லை. மனித சமுதாயத்தில் மேல்தட்டு வர்க்கத்தினரின் சுயநலம், நிகழ்காலம் கடந்த காலமாகி விடக்கூடாதென்பதில் கண்ணும் கருத்துமாக இருக்கிறது. ஏனெனில் அந்த நிலையில் நிகழ்கால ஆடம்பர வாழ்க்கை அவர்களது கைகளிலிருந்து நழுவிப்போய் விடுமே!

இங்கே நாம் இருபதாம் நூற்றாண்டின் உடல்வாதம், விஞ்ஞான வாதம் (Organism) துவைத வாதம், இரண்டுமற்ற வாதம் ஆகியவை குறித்து எழுதுவோம்.

கடவுள் சித்தாந்தம்

வைட்ஹெட் தோற்றம் 1861

ஆல்ஃபிரெட் நார்த் வைட்ஹெட் இங்கிலாந்தைச் சேர்ந்த மத்தியதர வர்க்க மதப்பற்றுடைய கணித மேதையாவார்.

தத்துவம்: இவ்வளவு வளம் கொழிக்கும் இயற்கையை "வாயில்லாததாக, வாசனையற்றதாக, நிறமில்லாததாக, வீணாகவே எப்பொழுதும் ஓடிக்கொண்டிருக்கும் பவுதீக சக்தியாக" ஆக்கி விட்டார்களே என்பதில் வைட்ஹெட்டுக்கு மிகப் பெரும் வருத்தம்! அவர் தனது தத்துவமான 'உடல் வாதம்' மூலம் இயற்கையை இந்த மோசமான வீழ்ச்சியிலிருந்து பாதுகாக்க விரும்புகிறார். வைட்ஹெட்டின் தத்துவ இயல் பல்வேறு செயல் தன்மைகளான சொல், வாசனை, நிறம் போன்றவைகளை மட்டுமல்லாமல், மனிதனின் கலை, சம்பிரதாயம், மதம் தொடர்பான வாழ்க்கை விஷயங்களையும் வலுப்படுத்த விரும்புகிறது. அத்துடன் தன்னை விஞ்ஞானத்தின் ஆதரவாளனாகவும் காட்டிக் கொள்ள விரும்புகிறது. நமது அனுபவங்கள் எப்பொழுதுமே உருவமுடைய நிகழ்ச்சிகளாகவே இருக்கின்றன. இந்நிகழ்ச்சிகள் தனித்தனியே இல்லாமல், ஒரே உடலின் பல்வேறு அங்கங்களைப்போல் இருக்கின்றன. உடல் தன்னுடைய தன்மையினால் எல்லா உறுப்புகளையும், சக்திகளையும், நிகழ்ச்சிகளையும் கட்டுப்படுத்துகிறது. வைட்ஹெட் இங்கே உடலை முழு யதார்த்த நிலையைத் தெரிவிக்கும் பொருளில் பயன்படுத்துகிறார். அது உயிருள்ள உடலுக்கு மட்டுமே பொருந்தியதல்ல. இதுவே முழு இயற்கையின் அடிப்படை உருவமாகும். பவுதீக இயல் மிகச் சிறிய "உடலை" (எலக்ட்ரான்கள், பரமாணுக்கள் முதலியவையும்) உயிரியல் பெரிய "உடலை"யும் ஆராய்கிறது. வைட்ஹெட் உயிருள்ளவை-உயிரில்லாதவை, மனம்- உடல் ஆகிய வேற்றுமைகளைக்கூட ஒப்புக் கொள்வதில்லை. மனம் என்பது உடலின் ஒரு நிகழ்ச்சி அமைப் பேயாகும்; உயிர் செயல்களைச் செய்வதே அதன் நோக்கமாகும். தற்காலப் பவுதீக இயலின் வளர்ச்சியை எடுத்துக் கொண்டு வைட்ஹெட் மனம் அல்லது உடலை ஒரு பொருளாகக் கருதாமல் நிகழ்ச்சிகளை- மாறிக் கொண்டிருக்கும் யதார்த்த நிலையை- உலகத்தின் சூட்சுமமான உறுப்பு அல்லது பகுதியாகக் கருதுகிறார். பகுதிகளின்

அதன் பரஸ்பரத் தொடர்புகளின் இணைப்பே உலகமாகும். பெரிய நிகழ்ச்சிகள் சிறிய நிகழ்ச்சிகளின் உறுப்புகளாகும். கடைசியில் எல்லாவற்றின் அடிப்படை உறுப்புகள் பரமாணு நிகழ்ச்சிகளாகும். இவ்விதம் வைட்ஹெட் உண்மை நிலையைப் பிரவாகம் அல்லது விளக்கு வரிசையைப் போல் நிரந்தரம் மாறிக் கொண்டிருப்பதாக நினைக்கிறார். ஆனால் அத்துடன் உருவத்தை நிலையானதாக எண்ணி, ஒரு சாஸ்வதப் பொருளை அல்லது பிளாட்டோவின் பொதுத்தன்மையை நிருபிக்க விரும்புகிறார்.

பொருள் அல்லது நபர் எனப்படுவது உண்மையில் நிகழ்ச்சிகளின் சமுதாயம் அல்லது கட்டுப்படுத்தப்பட்ட பிரவாகமாகும். அதில் காரண- காரிய விதி தொடர்ந்து கொண்டிருக்கும். மிகவும் சிறிய பகுதியான பரமாணு முதலியவற்றின் நிகழ்ச்சி உலகத்தில் மற்ற அடிப்படைப் பரமாணு நிகழ்ச்சிகளிலிருந்து வேறுபட்டதல்ல. அது பரஸ்பரத் தொடர்புடைய நிகழ்ச்சிகளின் கட்டுப்படுத்தப்பட்ட கூட்டேயாகும். இந்தப் பரஸ்பரத் தொடர்பினாலும், கட்டுப் பாட்டாலும், “ஒவ்வொரு பொருளும் ஒவ்வொரு சமயத்திலும், ஒவ்வொரு இடத்திலும் இருக்கிறது” என்று கூறலாம். ஒவ்வொரு தொடக்க (பரமாணு) நிகழ்ச்சியும் தனக்கு முந்தைய தொடக்க நிகழ்ச்சிகளிலிருந்து உண்டானதேயாகும். அதேபோல் வரவிருக்கும் நிகழ்ச்சிகளுக்கு முந்தையதாகும். இவ்விதம் ஒவ்வொரு தொடக்க நிகழ்ச்சியும் பிரவாக உருவத்தில் இருந்தாலும், “பொருள் உருவத்தில் அழியாத”தாகும்.

கடவுள்: உலகத்துடன் இருப்பவர், தொடர்புடையவர் கடவுளாகும். தனித்தனிப் பொருள்களில் கடவுள் இல்லை என்றாலும் அவர் அப்பொருட்களின் அடிப்படையான ‘உடலா’வார். “உலகம், முழு ஒருமையைச் சாதிப்பதில் ஈடுபட்டுள்ள முடிவுள்ள தன்மைகளின் திரட்டாகும்.”

தனது விஞ்ஞானமயமான தத்துவ இயலை வைட்ஹெட் கடவுள், மதம், சம்பிரதாயம் ஆகியவைகளை ஆதரிக்கப் பயன்படுத்துகிறார். இது ஏன்?

யுகேன் (1846-1926)

இவர் ஜெர்மானியத் தத்துவாளர்.

யுகேனின் கருத்துப்படி, உயர்ந்த யதார்த்த நிலை ஆன்மீக வாழ்வு அல்லது உயிருள்ள ஆன்மாவாகும். இந்த ஆன்மீக வாழ்வு

இயற்கையைவிட (உலகத்தை விட) மேம்பட்டது. ஆனால் அது இயற்கையில் நிறைந்துள்ளது. அது இயற்கையை அடைய ஏணியாகப் பயன்படலாம். இந்த ஆன்மீக வாழ்வு சலனமற்று ஒரே மாதிரியாக இருக்காது. அது மேலும் உயர்ந்த ஆன்மீக நிலையை நோக்கி முன்னேறிக் கொண்டிருக்கிறது. யோகம் போன்ற அற்புதச் செயல் களால் மனிதன் தானாகவே இந்த ஆன்மீக வாழ்க்கை குறித்துத் தெரிந்து கொள்ள முடியும். மனிதன் தானாகவே இந்த ஆன்மீக வாழ்வின் முன்னேற்றத்திற்கு உதவி புரிய முடியும். விஞ்ஞானம், கலை, மதம், தத்துவ இயல் ஆகியவைகளுக்கு இந்த ஆன்மீக வாழ்விலிருந்தே உந்துதல் கிடைக்கிறது. அந்தத் தூண்டுதல் அதன் முன்னேற்றத்திற்கு உதவி செய்கிறது. உண்மை என்பது மனிதன் உண்டாக்கியதல்ல. அது ஆன்மீக உலகில் இருப்பது, அதை மனிதன் தெரிந்து கொள்ள வேண்டும். தானாகத் தோன்றிய இப்படிப்பட்ட உண்மையே தேவை. ஏனெனில் அப்படிப்பட்ட உண்மை இல்லாமல் பக்தி உண்டாகாது. உண்மை, மனிதனின் அளவுகோலாகும். மனிதன் உண்மையின் அளவுகோலல்ல, உண்மை கட்டாயப்படுத்தித் தன்னை ஒப்புக்கொள்ளும்படி செய்கிறது. உண்மை ஆன்மீக வாழ்வின் அத்தாட்சியாகும். துன்பங்கள் நேரும்போது மக்கள் ஆன்மீக உலகம் அல்லது சொர்க்கத்தில் சரணடைவதே இரண்டாவது அத்தாட்சி யாகும்.

இயற்கையும் அலட்சியப்படுத்தத் தக்கதல்ல. அதனுள்ளும் எவ்வளவோ அறிவிருக்கிறது, மனிதனின் மனமே இயற்கையிலிருந்து உண்டானதுதான்; என்றாலும் இயற்கை மனத்தைக் காட்டிலும் (ஆன்மாவைக் காட்டிலும்) தாழ்ந்ததுதான். இயற்கை ஆன்மீக வாழ்க்கைப் பாதையின் முதல் முகாம் என்று வேண்டுமானால் சொல்லலாம். ஆன்மீக வாழ்க்கை இயற்கையிலிருந்து பிறந்ததல்ல. அது இயற்கையின் அடிப்படை ஆதாரமும், இறுதி லட்சியமுமாகும்.

விஞ்ஞானத்தாலோ அல்லது வாத விவாதத்தாலோ ஆன்மீக வாழ்வை அறிந்து கொள்ள முடியாது. அதற்கு ஆன்மீக அனுபவம்-தன்னுள் முழுவதுமாக அந்த ஆன்மீக வாழ்வு நிறைந்துள்ளதென்கிற அனுபவம் - தேவை.

இந்த ஆன்மீக வாழ்வே கடவுளாகும். மதம் மனித வாழ்க்கையை ஆன்மீக வாழ்வின் உயர்ந்த சிகரத்திற்கு அழைத்துச் செல்கிறது. மதம் இல்லாமல் மனிதன் சாரமற்றவனாகிறான்.

இவ்விதம் யுகேன் லோகாயத வாதத்தின் செல்வாக்கினை ஒழித்து, கடைசி மூச்சு வாங்கிக் கொண்டிருந்த கடவுளுக்கும், மதத்திற்கும் கைகொடுக்க விரும்பினார்.

இரண்டுமற்ற வாதம்
பெர்க்ஸான் (1859–1941)

பெர்க்ஸான் பிரெஞ்சுத் தத்துவாளராவார். 1941-ல் இரண்டாம் உலகப்போரில் ஜெர்மனி பிரான்ஸைத் தோற்கடித்த பிறகு அவர் காலமானார்.

இயற்கையையும், இயற்கை விதிகளையும் மறுக்காமலேயே உலகின் ஆன்மீகத் தன்மையை நிரூபிக்க வேண்டுமென்பது பெர்க்ஸானின் முயற்சியாக இருக்கிறது. மாற்றம் (வினாடிக்கு வினாடி மாறுதல்), செயல், சுதந்திரம், ஆக்கபூர்வ வளர்ச்சி, (Creative Evolution) நிலை (Duration), ஆன்மீக உணர்வு முதலியவை அவரது தத்துவ இயலின் சிறப்பியல்புகளாகும். பெர்க்ஸான் தத்துவ இயலைச் சாதாரணமாக 'மாறுதல் தத்துவம்' அல்லது 'ஆக்கபூர்வ வளர்ச்சித் தத்துவம்' என்று குறிப்பிடுகின்றார்.

*1. **தத்துவம்:*** பெர்க்ஸானின் கூற்றுப்படி, உண்மைத் தத்துவம் பவுதீகமோ, மனமோ அல்ல. இந்த இரண்டிலிருந்தும் வேறுபட்ட 'இரண்டுமற்ற' தத்துவமாகும். அதிலிருந்தே பவுதீக தத்துவமும், மனமும் தோன்றின. இந்த அடிப்படைத் தத்துவம் நிரந்தரம் மாறிக் கொண்டே இருக்கும். நிகழ்ச்சிப் பிரவாகமாக உள்ள, அலைபாயும் வாழ்க்கையாகும். எப்பொழுதும் புதிய உருவத்தை நோக்கிச் சென்று கொண்டிருக்கும் வாழ்க்கையாகும்.

2. நிலை: பெர்க்ஸான் 'நிலை'யை ஒப்புக் கொள்கிறார். ஆனால் ஸ்திரத்தன்மையின் நிலையை அல்லாமல், பிரவாகத்தின் நிலையையே அவர் ஒப்புக் கொள்கிறார். "நிலை என்பது கடந்த காலத்தின் தொடர்ந்த முன்னேற்றமாகும். அது எதிர்காலத்தின் உருவில் மாறிக் கொண்டே இருக்கும். அது முன்னேறிச் செல்லச் செல்ல அதன் உருவம் விரிவடைந்து கொண்டே இருக்கும்." இவ்விதம் பெர்க்ஸான் வீணாகவே 'நிலை' என்னும் சொல்லை இங்கே இழுத்து வருகிறார். ஏனெனில் 'நிலை', 'மாறுதலு'க்கு முரணானதாகும். அவர் கூறுகிறார். "நாம் நமது குழந்தைப் பருவத்திலிருந்து உணர்ந்ததும், சித்தித்ததும், விரும்பியதும் இங்கே நமது நிகழ்காலத்தின்மேல் சாய்கின்றன. இதனால் நமக்கு நிகழ்காலம் உடன்கிடைக்கும். பிறந்ததிலிருந்து- இன்னும் சொன்னால் பரம்பரைக் குணங்களும் நமக்கிருப்பதால்

பிறப்பதற்கு முன்பிருந்தே- நமது வாழ்க்கையில் நாம் செய்தவை எல்லாம் நமது சுபாவமல்லாமல் வேறென்ன? நமது கடந்த காலத்தின் ஒரு சிறு பகுதியைப் பற்றியே நம்மால் சிந்திக்க முடியுமென்பதில் சந்தேகமில்லை. ஆனால் நமது விருப்பம், நிச்சயம், செயல் அனைத்துமே கடந்த காலம் முழுவதையுமே கொண்டு செல்கின்றன" பெர்க்ஸான் இதையே 'நிலை' என்கிறார். இது கடந்த காலத்தின் கவர்ச்சி முழுதும் நிகழ்காலத்தில் இருப்பதுதான். நிலையின் காரணத்தால் உண்மையான நிரந்தர மாற்றம் ஏற்படுவதோடல்லாமல், ஒவ்வொரு புதிய மாற்றமும் சற்றுப் புதுமையும் கொண்டிருக்கும். அதனாலேயே இதை ஆக்கபூர்வ வளர்ச்சி என்கிறோம். இப்படிப்பட்ட நினைவையே ஆன்மீகம் (ஆத்ம தத்துவம்) என்கிறோம். இவ்விதம் அது ஒரு நிரந்தரச் செயலாகும். இதனால் கடந்த காலம் நிகழ்காலத்தில் நிறைந்துள்ளது. ஓரோர் சமயம் இச்செயலில் வீழ்ச்சி ஏற்படுகிறது. அதனால் பவுதீக சக்தி அல்லது இயற்கை தோன்றுகிறது. வெளிப்புறச் சூழ்நிலையுடன் தொடர்பில்லாத உணர்வைப் (எண்ணத்தை) பரவுதல் என்கிறோம். பரவுதல் இல்லாத வெளிப்புறச் சூழ்நிலையை இயற்கை என்கிறோம்.

உயிர் வளர்ச்சியின் மூன்று வெவ்வேறு, சுதந்திர நிலைகள் உள்ளன: தாவர, மிருக, பகுத்தறிவு நிலைகள், அவை. அவற்றை நாம் வரிசை யாகச் செடி, கொடிகளிலும், மிருகங்களிலும், மனிதர்களிலும் காணலாம்.

3. உணர்வு: உணர்வு அல்லது ஆன்ம தத்துவத்தை பெர்க்ஸான் பிரத்தியட்ச நிலைமையுடன் அல்லாமல், நினைவுடன் தொடர்புடைய தென்று கருதுகிறார். உணர்வு என்பது மூளையின் செயலல்ல. அது மூளையை ஒரு சாதனமாகப் பயன்படுத்துகிறது. "கோட்டும், அதை மாட்டியிருக்கும் ஆணியும் நெருங்கிய தொடர்புள்ளவை. ஏனெனில் ஆணியைப் பெயர்த்துவிட்டால் கோட்டும் கீழே விழுந்துவிடும். இதனால் கோட்டும், ஆணியும் ஒரே மாதிரி இருக்கின்றன என்று நம்மால் சொல்ல முடியுமா?"

4. பவுதீக சக்திகள்: பல்வேறு நபர்கள் தமது தனித்தன்மையை வளர்த்துக் கொள்வதற்காக, பவுதீக சக்திகள் வாழ்க்கைக் கடலை அவர்களிடையே பங்கிடுகிறது என்கிறார் பெர்க்ஸான். இயற்கை இவ்வளர்ச்சியைத் தடுக்காமல், தனது தடங்கல் மூலம் அவற்றை மேலும் தீவிரமடையச் செய்து செயல்படுத்துகிறது. இயற்கை ஒரே சமயத்தில் தடங்கலாகவும், சாதனமாகவும், ஊக்குவிப்பதாகவும் இருக்கிறது. வாழ்க்கை, சமுதாயத்தை அடைந்துதான் நிறைவு கொள்ள முடியும்.

"ஒருவனுடைய பணி முக்கியமானதாக இருப்பதுடன் மற்றவர்களின் பணியையும் அவன் முக்கியமானதாக்க வேண்டும். அவன் பரந்த உள்ளம் படைத்தவனாக இருப்பதுடன், மற்றவர்களையும் பரந்த உள்ளம் படைத்தவர்களாக்க வேண்டும். அப்படிப்பட்டவன்தான் உயர்ந்த, உயிருள்ள மனிதனாகும்."

5. கடவுள்: வாழ்வில் ஒளி வீசச் செய்யும் கேந்திரம் கடவுளாகும். "கடவுள் நிரந்தர வாழ்க்கைச் செயலும், சுதந்திரமுமாவார்."

6. தத்துவம்: பெர்க்ஸான் கருத்துப்படி தத்துவ இயல் எப்பொழுதுமே உண்மையை நேரிடையாக அறிவதாக- ஆன்ம உணர்வுடையதாக- இருந்து வந்தது; அது அப்படியே இருக்கும். இது முற்றிலும் உண்மை. ஆன்ம உணர்வின் (Intution) மூலமாகத்தான் நாம் 'நிலை', 'வாழ்க்கை', 'உயிர்' ஆகியவற்றை அடைய முடியும். நாம் பரம தத்துவத்தை (Absolute) அடைய வேண்டுமென்னும் கோரிக்கை யுடன் செயலாற்றினால் அது நம்முள் தோன்றும்.

இவ்விதம் பெர்க்ஸான் தத்துவ இயல் ஆத்ம தரிசனம், கடவுள் ஆதரவு போன்றவர்களில் போய் முடிகிறது.

பெட்ரண்ட் ரஸல் (பிறப்பு 1872)

அர்ல் ரஸல் ஒரு ஆங்கில பிரபுவும், கணித மேதையும், சிந்தனை யாளருமாவார்.

ரஸலின் தத்துவ இயல் 'இரண்டுமற்ற தத்துவம்' எனப்படுகிறது. அதாவது இயற்கையோ விஞ்ஞானமோ அடிப்படையானவையல்ல. இவ்விரண்டும் அடிப்படைத் தத்துவங்களல்ல. தத்துவ மேதைகள் குழப்பமான மொழியில் எழுதாமல், தெளிவான மொழியில் எல்லோருக்கும் புரியும்படி எழுதிவிட்டால், அவர்களைத் 'தத்துவ மேதைகள்' என அழைப்பார்களா? குழப்பமான மொழியில் தமது கருத்துக்களை வெளியிடுவது தத்துவ மேதைகளுக்கு மிகவும் அவசியமாகும். அப்பொழுதுதான் அவர்களுடைய கருத்துக்களை இரண்டு விதமாகவும் அர்த்தப்படுத்த முடியும். ரஸலே தனது தத்துவ இயலைத் 'தர்க்க பரமாணு வாதம்' என்றும், 'இரண்டுமற்ற அத்வைத வாதம்' என்றும் 'துவைத வாதம்' என்றும் 'பொருள்வாதம்' என்றும் சொல்லிக் கொள்கிறார்.

ரஸல் சில இடங்களில் நமது அனைத்து அனுபவங்களையும் இயற்கையின் அடிப்படைச் சக்திகளான பரமாணுக்களின் உருவத்தில் ஆராய்கிறார். தத்துவ இயல் விஞ்ஞானத்தைப் பின் தொடரலாம்; ஆனால் விஞ்ஞானத்தில் இடம் பெறும் தகுதி அதற்குக் கிடையாது.

பொருட்களும் நிகழ்ச்சிகளும் விஞ்ஞானத்தாலும் நடைமுறை அறிவாலும் நிரூபிக்கப்படுகின்றன. ஆகவே தத்துவ இயல் அவைகளை மறுக்கக்கூடாது. ஆனால் இதன் அடிப்படை குறித்து ரஸல் கூறுகிறார்: "எண்ண முதல் வாதத்தின் வெளிப்புற விஷயங்களை மானசீகமானவை என்று கூறுவது சரியல்ல. ஏனெனில் அது விஞ்ஞானத்தை அவமதிப்பதாகிவிடும். அது லோகாயத வாதத்திற்கும் எதிரானதுமாகும். அடிப்படைத் தத்துவ அலை சக்தியோ அல்லது வெறும் ஒளிபரப்புதலோ அல்ல. அடிப்படைத் தத்துவம் ஆன்மீகமோ பவுதீகமோ அல்ல. 'இரண்டுமற்ற தத்துவ'மாகும். அது இரண்டுமல்லாத 'இரண்டுமற்ற தத்துவ'மாகும். 'இரண்டுமற்ற தத்துவம்' ஒன்றல்ல; அது நிகழ்ச்சிகளின் ஒரு வகையாகும். அல்லது அது தத்துவங்களின் ஓர் இனமாகும். இத்தத்துவங்கள் ஒன்று மற்றொன்றுடன் வேறுபட்ட தொடர்பு கொண்டிருக்கின்றன. அவற்றின் தன்மைகளில்கூட வேற்றுமை இருக்கலாம். இத்தத்துவங்களில் ஒவ்வொன்றையும் 'நிகழ்ச்சி' என்று கூறலாம்.

"தத்துவ இயல் வாழ்வின் லட்சியங்களை நிர்ணயிக்க முடியாது; ஆனால் அது முரட்டுப் பிடிவாதங்களிலிருந்தும் குறுகிய மனப்பான்மை யிலிருந்தும் நம்மைப் பாதுகாக்க முடியும்" என்கிறார் ரஸல்.

லோகாயத வாதம்

இருபதாம் நூற்றாண்டின் சோஷலிசம் மார்க்ஸின் சோஷலிஸத் தைப் போலவே, இருபதாம் நூற்றாண்டின் லோகாயத வாதமும் மார்க்ஸிய லோகாயத வாதமாகும். மார்க்ஸிய லோகாயத வாதம் என்று கூறுவதால், அது நிலையானது, மாற்றமில்லாதது, ஜடமான தென்பதல்ல. மார்க்ஸிய தத்துவத்தின் அடிப்படை வளர்ச்சியாகும். ஆகவே மார்க்ஸிய லோகாயத தத்துவம் வளர்ச்சியடைந்திருக்கிறது. மார்க்ஸிய லோகாயத வாதம் குறித்து நாம் விரிவாக "விஞ்ஞான லோகாயதவாதம்" என்னும் நூலில் எழுதியிருக்கிறோம். அதனால் இங்கே அதை மீண்டும் விவரிக்கவில்லை.

துவைத வாதம் (ஜீவனும் கடவுளும் வெவ்வேறானவை)

இருபதாம் நூற்றாண்டில் புதிய புதிய கண்டுபிடிப்புகள் விஞ்ஞானத்தின் மதிப்பையும், செல்வாக்கையும் பெருகச் செய்து விட்டன. ஆகவே இன்று வெறும் அறிவு ஜீவிகளான தத்துவாளர் களைவிட ஆராய்ச்சியாளர்களுக்குப் பெரும் முக்கியத்துவம் ஏற்பட்டுள்ளது.

வில்லியம் ஜேம்ஸ் (1842-1910): வில்லியம் ஜேம்ஸ் அமெரிக்காவில் ஒரு மத்திய தரக் குடும்பத்தில் பிறந்தார். அவர் மனஇயல், தத்துவ இயல் பேராசிரியராக இருந்தார். புத்தரின் கோரிக்கைத் தத்துவம் ஷோபன்ஹாரின் தத்துவ இயலின் மேல் முத்திரை பதித்ததைப் போன்று புத்தரின் அனாத்மவாத மனஇயல் ஜேம்ஸின் மீது செல்வாக்குப் பரப்பிற்று.

ஜேம்ஸ் லோகாயத வாதத்தையும், எண்ண முதல் வாதத்தையும் (இரண்டும் அத்வைத வாதங்கள்) விரும்பவில்லை. எல்லாப் பொருட்களும்- மனிதர்களும்கூட- புராதன நட்சத்திர ஒளியிலிருந்து அல்லது மிக சூட்சும சக்திகளிலிருந்து பிறந்தவை என்றால், பின்னர் மனிதனின் சம்பிரதாயப் பொறுப்போ செயலாற்றும் சுதந்திரமோ, தனிநபர் முயற்சியோ பெரும் விருப்பங்களோ அர்த்தமற்றவையாகி விடும். அதனால்தான் ஜேம்ஸ் லோகாயத அத்வைத வாதத்தை எதிர்த்தார். ஆனால் அவர் இயந்திர லோகாயத வாதத்தை மட்டுமே எதிர்த்தாரென்பது தெளிவு. எனினும் விஞ்ஞான லோகாயத வாதம் (இயக்க இயல்) குணாம்ச மாறுதல் மூலம், முற்றிலும் புதியதொரு பொருள் தோன்றுவதை ஒப்புக் கொள்கிறது. சூழ்நிலைகளைப் பொறுத்து மாறிக் கொண்டிருக்கும். வளர்ந்து கொண்டிருக்கும் பொறுப்புகளை அறியாமையாலோ, அச்சத்தாலோ அல்லாமல் பகுத்தறிவு ஒளியில் அது ஒப்புக் கொள்கிறது. விஞ்ஞான லோகாயத வாதம் அதற்காக மனிதனை மகத்தான தியாகங்கள் புரிவதற்கும் ஊக்குவிக்கிறது. இதிலிருந்து அது 'சம்பிரதாயப் பொறுப்பு'களை அலட்சியப்படுத்தவில்லை என்பது தெரிகிறது. ஆனால் ஜேம்ஸ் 'சம்பிரதாயப் பொறுப்புகள்' என்று பழைய பொருளாதார ஏற்றத் தாழ்வுகளையும் அநீதியான சமுதாய அமைப்பையும் குறிப்பிடுகிறார் என்றால், அப்படிப்பட்ட 'சம்பிரதாய பொறுப்பு'களை ஏற்றுக் கொள்ள விஞ்ஞான லோகாயத வாதம் தயாராயில்லை. ஜேம்ஸ் மட்டும் முதல் உலகப்போரை, குறிப்பாக இரண்டாம் உலகப் போரைப் பார்த்திருந்தால், சமுதாய நலத்தை அலட்சியப்படுத்தித் தனியாரின் சுயநலம் மனிதனை எவ்வளவு கீழ்த்தரத்திற்குத் தாழ்த்தி விட்ட தென்பதைத் தெரிந்து கொண்டிருப்பார். தனியாரின் சுயநலத்திற்குச் செயல்சுதந்திரம், அபார முயற்சி, சாதனை புரிய வேண்டுமென்னும் பெருநோக்கம் என்று எத்தனை அழகான பெயர்களைச் சூட்டினாலும், அதன் மோசமான தன்மையை மறைக்க முடியாது.

1. **செல்வாக்கு வாதம் (Pragmatism):** ஜேம்ஸ் விஞ்ஞான முயற்சிகளையும் அதன் கண்டுபிடிப்புகளையும் உண்மைகளையும்

பெரிதும் மதித்தவராதலால், வெறும் கற்பனைகளுக்கோ, எண்ண முதல் வாதத்திற்கோ அவரால் முக்கியத்துவம் அளிக்க முடியவில்லை. எந்த ஒரு நம்பிக்கையின் சித்தாந்தத்தின் உண்மைக்கு உரைகல், அது நம் மீதும் உலகத்தின் மீதும் பரப்பும் செல்வாக்கு அல்லது நடைமுறை விளைவுதான் என்று ஜேம்ஸ் கூறினார். செல்வாக்கை வலியுறுத்திய தால் அவரது தத்துவ இயலைச் 'செல்வாக்கு வாதம்' என்கின்றார்.

2. அறிவு: அறிவு ஒரு சாதனம் மட்டும் தான். அது வாழ்க்கைக் காக இருக்கிறது; வாழ்க்கை அறிவுக்காக அல்ல. நாம் நம்மோடு இணைத்துக் கொள்ளக்கூடியதுதான் உண்மை அறிவும் கருத்துமாகும். அது நிரூபிக்கக் கூடியதாகவும், பரீட்சைக்குட்படக் கூடியதாகவும் இருக்க வேண்டும்.

அறிவு பூர்வமாக இருக்கக் கூடியதெல்லாம் பொருள் உண்மையானவையென்று கூறுவது சரியல்ல. ஆராய்ச்சியாலும், அனுபவத்தாலும் சரியானவையென்று நிரூபிக்கப்பட்டவையே பொருள் உண்மையானவையாகும். அனுபவம் என்று சொல்லும் போது, கற்பனை கலவாத, தூய, குற்றம் குறைகளற்ற அனுபவத்தையே நாம் எடுத்துக்கொள்ளவேண்டும். பொருள் உண்மை மனிதக் கற்பனையுடன் தொடர்பில்லாத, சுதந்திரமான தூய அனுபவமாகும். அதை விளக்குவதென்பது மிகவும் கடினமாகும். அது இப்போதுதான் அனுபவத்தில் இணைந்து வருகிறது. இன்னும் அதற்குச் சரியான பெயர் சூட்டப்படவில்லை. அல்லது இது அனுபவத்தில் கற்பனையற்ற ஒரு பழைய நிலையாகும். அதனிடத்தில் இன்னும் பக்தியோ, நம்பிக்கையோ, ஏற்படவில்லை. அதன்மேல் எந்த மனிதக் கற்பனையும் ஒட்டப்படவில்லை.

3. ஆன்மா இல்லை: மனத்தின் செயல்களையும், உடலையும் இணைக்கும் சாதனத்தை- ஆன்மாவை- ஒப்புக் கொள்ளத் தேவை யில்லை. ஏனெனில் மனத்திலும், உடலிலும் சுயேச்சையாக இயங்கும் சக்திகள் எதுவுமில்லை. அவைகளை இணைக்கக்கூடிய மூன்றாவதொரு பொருள் அவசியமில்லை. யதார்த்தம் என்பது நிரந்தரம் பெருக்கெடுத்து ஓடிக் கொண்டிருக்கும் நமது உணர்ச்சிகளின் பிரவாகமேயாகும். அவை தோன்றுகின்றன மறைகின்றனவென்பது உண்மைதான். ஆனால் அவை எங்கிருந்து தோன்றுகின்றனவென்பது நமக்குத் தெரியாது. இரண்டாம் அம்சத்தில் அவை நமது உணர்ச்சிகளிலும், மனத்திலும் தோன்றுகின்றன. அவை முதலில் தோன்றியவற்றின் உண்மைகளே யாகும்.

4. படைப்பாளர் இல்லை: பிரத்யட்ச நிகழ்ச்சிகளுக்குப் பின்னே மறைந்துள்ள பொருளெதுவும் இல்லை. பொருள் சாரம், பரமதத்துவம், அறிய முடியாதது ஆகியவை அனைத்தும் கற்பனையைத் தவிர வேறல்ல. தெளிவான உண்மை நிலையை விளக்குவதற்காகக் கற்பனையான யதார்த்தத்தைத் துணையாகக் கொள்ளுவது வீண் வேலையாகும். நாம் நமது அனுபவத்தில் தோன்றிய கற்பனைச் சித்திரங்களின் உதவியைக் கொள்ளாவிட்டால், யதார்த்த நிலையை நினைத்தும் பார்க்கமுடியாது. மனதைக் கடந்த சக்தி ஒன்றிருப்பதை ஜேம்ஸ் மறுக்கவில்லை யானாலும், தூய புராதன அனுபவம் மனதிலிருந்து பிறந்ததென்று கொள்ளாமல், அதைப் பொருள் உண்மை என்று எண்ணினார். பழங்காலத் தத்துவங்களே வளர்ச்சி யடைந்து, உணர்ச்சிகளின் உருவங்களை அடைகின்றன.

5. துவைத வாதம்: ஜேம்ஸின் தீவிர செல்வாக்குத் தத்துவம் துவைத வாதத்தை (ஜீவனும், கடவுளும், ஆத்மாவும் பரமாத்மாவும் வெவ்வேறானவை என்னும் வாதத்தை) ஆதரிக்கிறது. அனுபவம் நம் முன்னே பிரவகித்துக் கொண்டே வேற்றுமையையும், முரண் பாட்டையும் கொண்டுவந்து நிறுத்துகிறது. அங்கே நமக்கு நிலையான உலகம் எதுவும் காணப்படுவதில்லை; பிரம்மவாதிகளும், அத்வைதி களும் (ஜீவனும் கடவுளும், ஆத்மாவும் பரமாத்மாவும் ஒன்றே என்பவர்கள்) சொல்லும் அன்பில் கட்டுண்ட உலக அமைப்பும் காணப்படுவதில்லை. அந்த உலக அமைப்பில் எல்லா வேற்றுமைகளும், முரண்பாடுகளும் மறைந்து விடுகின்றனவென்றும் கூறப்படுகிறது. நமது மென்மையான உணர்வுகளுக்கும், அற்புதத்தை விரும்பும் மனப்பான்மைக்கும் அத்வைத வாதம் சிறந்ததாகத் தென்படலாம்; அதனால் நமது உணர்ச்சிகள் சம்பந்தப்பட்ட முடிச்சுகளை அவிழ்க்க முடியாது. அத்துடன் இல்லாமல், கெட்டவைகள் தொடர்பான 'பாவம்' என்னும் புதியதொரு பிரச்சினையைக் கொண்டுவந்து நிறுத்துகிறது. கடைசியில் அத்வைத தூய தத்துவத்தில் வாழ்வின் அசுத்தங்கள், தூய அத்வைத உலகத்தில் வேற்றுமைகளும், கொடுமை களும் எங்கிருந்து வந்து சேர்ந்து விட்டன? ஸ்திரமான, ஒரே விதமான அத்வைதத் தத்துவத்தில் மாற்றம் ஏற்படுகிறது என்ற கேள்விக்குப் பதிலளிக்க அத்வைதத்தால் முடிவதில்லை. அது தலைவிதியை நம்புவதானது அத்வைதத்தின் மிகப் பெரும் குறையாகும். விதி என்று ஒன்று இருக்கிறது. அதற்கு என்று ஒரு விருப்பம் இருக்கிறது. அது மாற்றமில்லாமல் இருக்கிறது. அதன் விருப்பமான எதிர்காலம் ஏற்கனவே நிச்சயிக்கப்பட்டதாகும். இதற்கு எதிராகத் துவைதவாதம் பிரத்யட்ச நிகழ்ச்சிப் பிரவாகத்தை அங்கீகரிக்கிறது. அதன் உண்மை

நிலையை ஆதரிக்கிறது. அது காரண- காரியத் தொடர்பையும் (மாறுதலையும்). அல்லது விருப்ப சுதந்திரத்தையும் (செயல் சுதந்திரத் தையும்) சரியான முறையில் விளக்குகிறது. துவைத வாதத்தில் மாறுதலுக்கும், புதுமைக்கும் இடமிருக்கிறது.

6. கடவுள்: ஜேம்ஸ்கூடப் பத்தொன்பதாம் நூற்றாண்டைச் சேர்ந்த தத்துவாளர்கள் பலரைப் போன்றே, ஆட்சியாளரின் சினத்திற்கு அஞ்சி நடுங்கியவரே! ஓரோர் சமயம் அவர் உண்மையால் தூண்டப்பெற்று மிகவும் முன்னேறிப் போய்விடுகிறார். ஆனால் பின்னடைந்து விட்ட தமது சக தத்துவாளர்களின் குற்றச்சாட்டு களுக்குப் பயந்து, "ஆனால், எனினும்" என்று மென்று விழுங்க வாரம்பிக்கிறார். ஜேம்ஸ் முதலில் காண்ட்டின் 'பொருள் சார'த் தையும், ஸ்பென்ஸரின் 'அறியாத தத்துவ'த்தையும், ஹெகலின் வாதத்தையும் மறுக்கும் துணிவு காட்டினார். ஆனால் பின்னர் 'நாகரீக சமுதாயம்' தன்னை எங்கே நாஸ்திகனென்றும், கடவுளை நம்பாத வனாகவும் எண்ணிவிடப் போகிறதோ என்று அஞ்சத் தொடங்கினார். இதனால் அவர் சொல்லவாரம்பித்ததாவது: கடவுள் உலகத்தின் ஒரு பகுதியாவார். அவர் நம்மேல் அனுதாபம் கொண்ட சக்தி படைத்த உதவியாளர்; மகத்தான தோழர். அவர் குண நலன்களே போன்றதொரு உணர்ச்சியுள்ள சம்பிரதாயத்தைப் பாதுகாக்கும் சக்தியாவார். சில அனுபவங்கள் நமக்கு எடுத்துக்காட்டுவதைப் போல் (கடவுளுடன் திடீர்ப் பேச்சு வார்த்தை, கடவுள் பக்தியால் நோய்களைத் தீர்த்தல் முதலியவை எடுத்துக்காட்டுவதைப் போல்) அவருடன் நாம் இரண்டறக் கலக்கலாம். என்றாலும் கடவுளைப் பற்றிய இக்கருத்துக் களைப் பூரணமாக நிரூபிக்க முடியாது. ஆனால் இதையே ஏதாவதொரு தத்துவ இயலுக்கும் கூறலாம். எந்தத் தத்துவ இயலையுமே பூரணமாக நிரூபித்துவிட முடியாது. ஒவ்வொரு தத்துவ இயலும் மக்கள் தன்மீது பற்றுதல் வைக்க வேண்டுமென்று விரும்புகிறது. பக்தியை நம்மால் உணர முடியாது. நாம் விஞ்ஞான ஆராய்ச்சிகளால் நிரூபிக்க முடியாத நம்பிக்கையின் விருப்பமே பக்தியாகும்.

துணை நூல்கள்

Lewis (G.E)	History of Philosophy
Lewis (John)	Introduction of Philosophy, 1937
Do Boer (T.J.)	History of Philosophy in Islam, 1903
Thilly	History of Philosophy
Macdougall	Modern Materialism and Emergent Evolution, 1929
Stapledon	Philosophy and Living, 1939
Feuerbach(L)	Atheism
	Essence of Christianity
Engels (F)	Anti-Duhring
Marx (Karl)	Capital, 3 Vols - Thesis on Feuerbach
	Holy Family
	Poverty of Philosophy
Marx and Engels	German Ideology
	Communist Manifesto